7 BÍ QUYẾT

ĐỔI ĐỜI DÀNH CHO NGƯỜI VIỆT

VỀ TÁC GIẢ

Tác giả Chí Tâm, Smith Taylor, Sohn Yonghwa hân hạnh giới thiệu với quý độc giả cuốn sách miễn phí này.

Chúng tôi cũng phát hành miễn phí cuốn " *Biết ngày sinh biết ngay cách thao túng*" nhằm mục đích giúp các bạn trẻ Việt biết mình là ai trong lựa chọn nghề nghiệp, biết làm sao để may mắn đến với mình.

Bên cạnh đó, chúng tôi đã viết cuốn sách "*Biết ngày sinh, biết ngay cách tán tỉnh*", với mong muốn làm giảm tỉ lệ ly hôn ở Việt nam xuống mức thấp nhất. Tỉ lệ ly hôn ngày càng tăng, đặc biệt là các cặp vợ chồng trẻ, cho thấy sự mất ổn định, thiếu bền vững của các gia đình Việt Nam hiện nay. Trong số các cặp đôi ly hôn, 70% số vụ thuộc về các gia đình trẻ trong độ tuổi từ 18-30, 60% ly hôn sau từ 1-5 năm chung sống, nhiều trường hợp chỉ kết hôn được vài tháng hoặc vài ngày.

Tác giả Smith Taylor, người Anh và Sohn Yonghwa người Hàn nhận ra rằng văn ho[á] lối sống người Việt còn nhiều bất cập. Là công dân của những quốc gia phát triển, h[ai] tác giả này đương nhiên có thể nhận ra người Việt còn có điều gì chưa đạt khi so sánh với công dân nước họ. Do đó, họ viết nên cuốn sách "7 Bí quyết đổi đời dành c[ho] người Việt". Chí Tâm đã kết hợp với hai t[ác] giả này viết nên cuốn sách nhằm mục đích sau cùng là một ngày nào đó, người Việt s[ẽ] sánh ngang với các cường quốc trên thế g[iới]

CUỐN SÁCH NÀY CÓ THỂ GÂY RA NHỮNG LUỒNG Ý KIẾN TRÁI CHIỀU. NHƯNG TÔI TIN BẠN ĐỦ CHÍN CHẮN ĐỂ TIẾP THU NÓ.
SÁCH NÀY CÓ THỂ CHỈ ĐÚNG VỚI 60% NGƯỜI VIỆT NHƯNG TÔI HI VỌNG CUỐN SÁCH NÀY CÓ THỂ HỮU ÍCH.

MỤC MỤC

CHƯƠNG 5   ĐẰNG SAU THỨ CẢN TRỞ NĂNG SUẤT LAO ĐỘNG VIỆT 9

I   Thực trạng. 11

II Điều khó tin gì đang cản trở năng suất lao động Việt. 16

III Bí quyết đơn giản nhưng hiệu quả giúp tăng năng suất lao động. 18

CHƯƠNG 6   BÍ MẬT ĐEN TỐI VỀ LỐI TƯ DUY CỦA NGƯỜI VIỆT. 25

I   Người Việt: Song Tử lai Kim Ngưu. 28

II   Khi người Việt tư duy theo lối trẻ con. 36

III   9 Lời khuyên giúp đổi mới tư duy cho người Việt. 39

CHƯƠNG 7   NGỠ NGÀNG NGUYÊN NHÂN NGƯỜI VIỆT CHƯA CHINH PHỤC ĐƯỢC THẾ GIỚI 59

I Vì sao dân Việt ca ngợi mình là một dân tộc có phẩm chất, trí tuệ vượt trội. 62

II   Hiểu tác hại của chứng mê công (hư) danh, cuồng địa vị khi xem hết phần này. 68

III Giải mã vì sao giáo dục Việt Nam chưa hiệu quả. 73

IV   Kiên trì, bền chí kết hợp với điều này, người Việt sẽ thành công. 92

V 5 Nguyên tắc giúp người Việt chinh phục thế giới. 96

VI Thanh niên Việt có IQ cao cần biết điều này để thành công. 105

VII Những lưu ý để tăng EQ cho thanh niên Việt. 114

LỜI NHẮN NHỦ.

Tai họa sẽ đến với một dân tộc khi dân tộc đó chỉ nhìn thấy màu hồng mà không thấy màu xám của chính mình hoặc định hướng cho hàng chục triệu người "dân tộc ta vĩ đại nhất và mang trên mình sứ mệnh của thời đại".

Viết về mảng tối văn hóa của một dân tộc chính là chiếu sáng cho sự tối tăm và mong ước điều tốt đẹp cho tương lai. Cuốn sách này không dạy các bạn bất cứ điều gì, nó chỉ phát hiện và phát huy và chỉnh sửa những cái sẵn có bên trong con người Việt.

Fukuzawa yukichi, nhà tư tưởng thay đổi Nhật Bản đã cho rằng: đất nước muốn văn minh thì cần phải có tư tưởng thoát Á. Người Việt muốn đuổi kịp các nước phương Tây chắc chắn cần phải thoát Á. Cuốn sách này được viết nhằm mục đích giúp người Việt thực hiện điều này.

Không phải "lười biếng", đây mới là lý do nhiều cung hoàng đạo chưa thành công.

Ebook **có trên** *Facbook*

Sách giấy **mua** *trên* smashwords.com

LỜI NÓI ĐẦU

Thân mến đến quý đọc giả, từ những tác phẩm trước của tôi như *"Biết ngày sinh, biết ngay cách tán tỉnh"* hay cuốn *"Biết ngày sinh biết ngay cách thao túng"* là những đầu mối mà tôi muốn đưa bạn đến với điểm đến cuối cùng chính là cuốn sách này.

Nhìn chung rằng cách mà người Việt chúng ta thường hay thực hiện là "muốn đi tắt đón đầu" nhằm vươn ra thế giới hướng tới thành công. Cá nhân tôi đánh giá cao hướng đi "dám nghĩ dám làm" này, tuy nhiên đối với một nền kinh tế còn non trẻ và chưa có một nền tảng vững chắc thì vẫn là một thách thức lớn. Cái mà một nền kinh tế như chúng ta cần là phát triển từ gốc từ rễ chứ không phải "đi tắt đón đầu".

Kiến thức và kinh nghiệm từ các quốc gia đã phát triển là một trong những nguồn lực không thể thiếu nhưng cũng quan trọng không kém phần nào chính là phần nội lực của người Việt chúng ta. Muốn đi lên một cách nhanh chóng nhưng phần phẩm chất và tố chất ở đây vẫn chưa đủ để vực dậy được nền kinh tế nước nhà. Vậy thì giải pháp cho vấn đề nằm ở đâu thì mời quý đọc giả cùng tôi đi vào những góc nhìn mà tôi cho rằng từ đó có thể giải quyết được câu hỏi mà chúng ta đang tìm kiếm này.

TÔI KHÔNG MONG BẠN ÁP DỤNG TẤT CẢ NHỮNG GÌ VIẾT TRONG SÁCH NÀY VÀO CUỘC SỐNG. TÔI CHỈ MONG CHIẾN LƯỢC PHÁT TRIỂN GIÁO DỤC VIỆT Ở CHƯƠNG 7 ĐƯỢC ÁP DỤNG TRIỆT ĐỂ.

Chương 5:
Đằng sau thứ cản trở năng suất lao động Việt

"SHARE"

LÀM ƠN CHIA SẺ SÁCH NÀY CHO 20 NGƯỜI.... THÔI ĐƯỢC RỒI! CHỈ CẦN 1 NGƯỜI LÀ TÁC GIẢ VUI RỒI. CẢM ƠN.

LỜI THÚ NHẬN:

Kính thưa quý độc giả, tôi trước kia cũng là một con người có lòng tự ái cao. Tôi đã từng bị hạ hạnh kiểm học kì vì tự ái cô giáo. Tôi đã từng thi và đậu vào trường đại học chỉ vì tự ái bạn bè, không muốn thua kém bạn bè trong khi kiến thức học từ trường đó không giúp gì cho sự nghiệp sau này của tôi cả. Trải qua năm tháng tôi nhận ra hành động của tôi là nông nổi và trẻ con. Và giá như quý độc giả rút được kinh nghiệm từ trải nghiệm của tôi sau khi **xem qua chương sau.**

I THỰC TRẠNG.

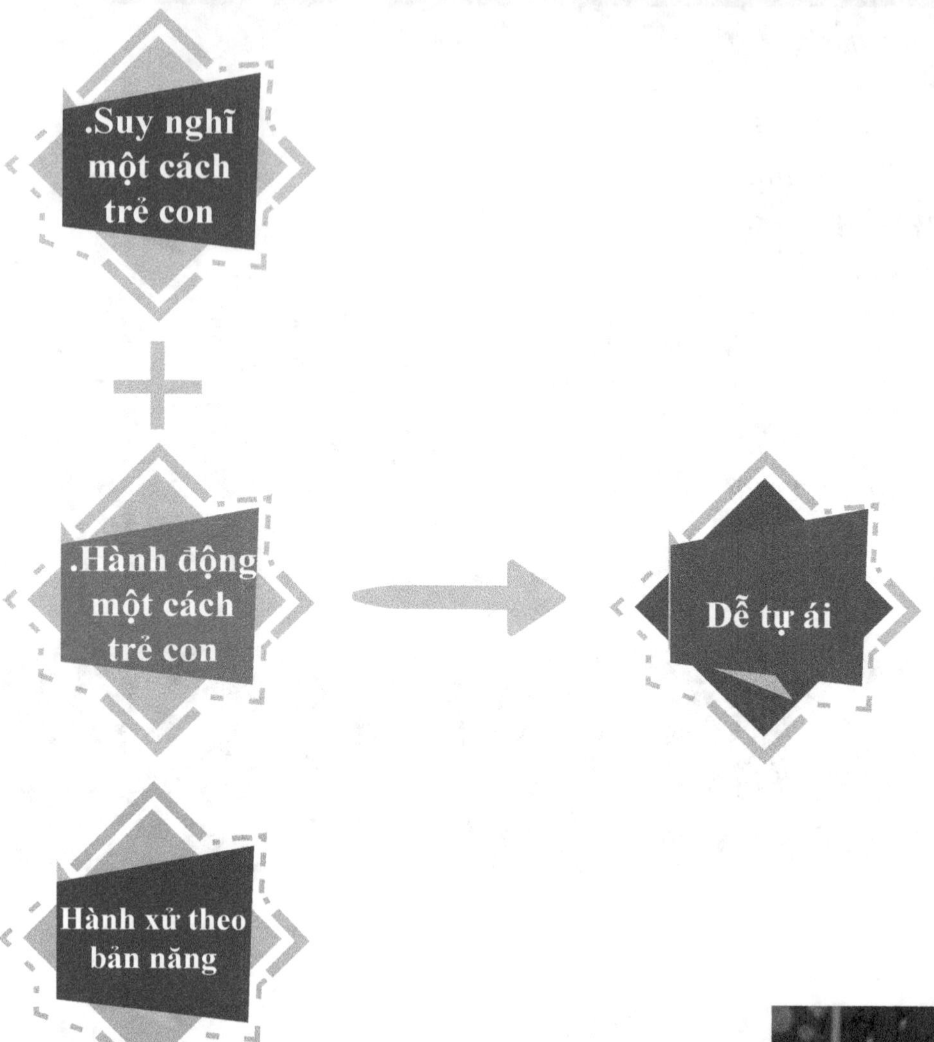

Trong một bữa tiệc cưới, một cô gái tình nguyện hát trên sân khấu. Sau đó một chàng trai nói rằng cô gái hát với giọng chưa hay. Ngay lập tức cô gái đáp lại một cách hờn lẫy rằng: tôi hát vậy đó thì sao, anh giỏi anh hát được như tôi đi. Cô ta hành động theo bản năng, suy nghĩ và cư xử rất trẻ con. Vậy đó người ta rất dễ bị tổn thương trước những lời nói về những điểm chưa tốt của mình. Một người có lòng tự trọng sẽ phân biệt được đó là lời nói góp ý, xây dựng hay là lời nói mỉa mai, chê trách. Nếu là lời nói mỉa mai, chê trách người đó sẽ phản ứng sao cho không đánh mất đại cục.

Dân tộc Việt Nam là dân tộc nổi tiếng khoan dung. Người Việt sẵn sàng tha thứ cho các dân tộc đã từng đô hộ mình. Thậm chí người Việt còn cung cấp lương thực cho các dân tộc xâm lược mình để họ có điều kiện về nước. Tuy nhiên có lẽ vì quá khoan dung, dễ dãi nên người Việt rất dễ bị tổn thương và lòng tự ái của người Việt Nam thường cao hơn lòng tự trọng. Họ có thể tức giận và tranh cãi vì một câu nói mỉa mai của người đời nhưng lại không làm gì để chứng tỏ mình không đáng phải chịu như vậy, rằng mình đáng để có được sự tôn trọng hơn của người đời.

Mỗi con người Việt Nam thường có lòng tự ái cao hơn lòng tự trọng. Một dân tộc gồm người không có lòng tự trọng và bạc nhược thì dân tộc đó làm sao có thể trở thành dân tộc lớn.

Người có lòng tự trọng là người tin rằng mình có năng lực, tài năng mặc dù có thể mình chưa phát hiện ra. Họ luôn tin rằng mình xứng đáng nhận được sự quý trọng, yêu quý của người xung quanh. Một người có lòng tự trọng luôn cảm thấy mình được người khác yêu thương và luôn quý trọng bản thân mình. Một người có lòng tự trọng luôn tin tưởng vào bản thân mình. Người có lòng tự trọng luôn có cảm giác tốt đẹp về bản thân và cảm thấy mình xứng đáng nhận được những gì tốt đẹp nhất của cuộc đời, xã hội.

Tôi trước kia thường dễ bị tác động và nhẹ dạ nên mới dễ tự ái. Người mà lòng tự trọng của họ không cao thường rất dễ tự ái trong giao tiếp với người khác. Họ chưa ý thức được giá trị thực sự của mình, khả năng của mình, những gì mình đáng được hưởng. Họ dễ bị tổn thương trước những lời nói về những cái chưa được của mình.

C TÔI ĐÃ TỪNG KHÔNG TIN RẰNG MÌNH XỨNG ĐÁNG ĐẠT ĐƯỢC NHỮNG GÌ LỚN LAO.

Trong xã hội Việt, tôi trước kia cũng như nhiều người thường chấp nhận những cái yếu kém mình đang có mà không muốn cải thiện. Nguyên nhân chính có lẽ là do con người ta nghĩ không xứng đáng đạt được những gì lớn lao. Có rất ít người dám mơ cao. Người ta có lẽ không tin tưởng vào bản thân mình, không nghĩ mình xứng đáng, vô tình họ đánh mất đi cơ hội của chính mình. Chỉ khi người Việt chúng ta tin vào chính mình người ta sẽ đánh thức vô vàng tài năng và phẩm chất tốt đẹp trong mỗi người. Những năng lực, tài năng và niềm tin đó là điều cốt lõi để người Việt chúng ta vươn đến mục tiêu, vượt qua khó khăn, tự khẳng định mình.

Ở Việt Nam, có rất nhiều thực trạng như: tai nạn giao thông xảy ra triền miên, tiêu cực trong xã hội. Tuy nhiên người Việt gần như chấp nhận tình trạng này mà không hề quyết tâm loại trừ chúng. Nguyên nhân có lẽ vì người Việt nghĩ mình không xứng đáng nhận được những sự tốt đẹp hơn. Điều gì làm người Việt đánh mất lòng tự tin và quyết đoán như vậy.

D TÔI ĐÃ TỪNG LÀM VIỆC THIẾU TINH THẦN TRÁCH NHIỆM.

Khi người Việt chúng ta không làm việc vì lòng tự trọng, vì để khẳng định mình, chứng tỏ giá trị của mình, chỗ đứng của mình thì người ta thường làm rất thiếu tinh thần trách nhiệm. Ví như tôi chẳng hạn, người Việt thường làm việc một cách chừng mực, ít khi cố gắng đạt đến kết quả cuối cùng với tinh thần trách nhiệm cao. Khi gặp chuyện người Việt thường giải quyết một cách đối phó, ít khi đến nơi đến chốn. Người Việt thường ít khi tuân thủ nội quy, lề lối chung vì lòng tự trọng của họ không lớn nên không cần cảm thấy xấu hổ với chính mình khi không tuân thủ nội quy, lề lối chung. Giờ giấc là một vấn đề của người Việt. Người ta nhiều khi đi làm không đúng giờ, lúc thì đi sớm, lúc thì đi trễ, làm việc chưa năng suất đã muốn nghỉ. Mỗi con người Việt khi làm việc tập thể thường cãi nhau, đàn đúm, cười giỡn. Người có lòng tự trọng luôn ý thức được trách nhiệm của mình trong công việc. Khi không hoàn thành được công việc họ tự cảm thấy xấu hổ với bản thân và với người xung quanh, tự lãnh trách nhiệm về mình chứ không hình thành thái độ ỷ lại vào tập thể, "cha chung không ai khóc".

	Cái tôi bảo vệ mình(cái tôi của người Việt)	Cái tôi khẳng định mình(của người phương tây)
Công việc	Sợ mình làm nhiều(hơn người khác)	Sợ không được cống hiến, không khẳng định được mình
	Sẵn sàng tị nạnh, đẩy việc cho người khác cho nhẹ người	Làm nhiều hơn, lớn hơn để khẳng định mình
Trách nhiệm	Bảo vệ mình, đẩy trách nhiệm ra xa bản thân	Có tinh thần trách nhiệm, sẵn sàng nhận trách nhiệm
Sở trường của bản thân	Giấu đi, thể hiện vừa phải, ở bầu thì tròn, ở ống thì dài	Thể hiện mạnh mẽ, chứng tỏ bản thân, thay đổi tập thể
Trước người tài hơn, thành tích cao hơn, địa vị cao hơn	Đố kị, mong họ sẩy chân Mong muốn ai cũng như mình	Làm sao để vượt hơn họ (bằng cách học hỏi, cố gắng)
Tranh chấp	Việc vặt vãnh, bình thường	Việc lớn
Khi bất đồng chính kiến	Cãi nhau, hoặc cố dĩ hòa vi quý nhưng mâu thuẫn vẫn chưa được giải quyết	Tranh luận, không ngại va chạm, sẵn sàng tranh luận để bảo vệ chính kiến(xã hội Israel phát triển hơn Việt Nam vì điều này) hoặc thỏa hiệp
Muốn được lợi	Thỏa mãn lợi nhỏ	Tìm kiếm lợi lớn
Phản biện với cấp trên	Phản biện chỉ để bảo vệ quyền lợi bản thân	Phản biện để chứng minh hành động, ý kiến của mình là đúng
Khi làm sai	Chức càng cao c àng không muốn xin lỗi	Chức càng cao, càng có trách nhiệm, xin lỗi, hoặc từ chức nếu không xứng đáng
Làm việc tập thể	Đoàn kết để bảo vệ nhau, bao che cho nhau	Đoàn kết để làm việc, khẳng định mình

NGƯỜI VIỆT KHI ĐI LÀM MỚI ĐẦU NHIỆT TÌNH, CÀNG VỀ SAU SỰ NHIỆT TÌNH GIẢM DẦN

NHIỀU DOANH NGHIỆP KHI SẢN PHẨM BAN THÌ TỐT, SAU ĐÓ CHẤT LƯỢNG GIẢM DẦN   SẢN PHẨM

Người Việt vì thiếu cái tôi khẳng định mình nên quá thiếu trách nhiệm cá nhân nhưng thừa trách nhiệm tập thể. Bất cứ việc gì người Việt cũng sẵn sàng chuyển sang người khác để nhẹ người. Nhưng khi xảy ra sai phạm, đó là lỗi chung của cả tập thể chứ không phải của cá nhân nào.

Khi cái tôi khẳng định mình bị phủ định, thì người ta sẽ đề cao cái tôi bảo vệ mình. Khi cái tôi "bảo vệ mình" bên trong quá lớn, các cá nhân thường sống ích kỉ, sống chỉ biết cho bản thân mình mà không quan tâm đến lợi ích của xã hội. Một kỹ sư Nhật nhận xét: "Một con vít chúng tôi phải mang từ Nhật sang giá 40.000 đồng mà rơi xuống sàn thì công nhân Việt Nam thản nhiên dẫm lên hoặc đá lăn đi mất vì nó không phải của các anh. Tuy nhiên, các anh sẵn sàng nhặt điếu thuốc lá 1000 lên dù nó bẩn, vì nó là của anh. Hay như cuộn cáp điện chúng tôi nhập về giá 5 triệu đồng/mét, nhưng các anh cắt trộm và chỉ bán với giá có vài trăm nghìn đồng/mét. Tất cả nhừng điều đó mang chỉ mang lại cho các anh một chút lợi lộc nhưng nó lại gây thiệt hại lớn cho cả doanh nghiệp vì chúng tôi bắt buộc phải nhập bổ sung hay nhập thừa so với cần thiết".

Khi con người ta tự làm mình nhỏ bé, con người ta thường làm việc thiếu trách nhiệm, mưu cầu lợi ích trước mắt thay vì nghĩ đến lợi ích lâu dài, gian lận, bầy hầy. Chỉ khi người ta làm việc để khẳng định mình, chứng tỏ mình nổi trội, chứng tỏ giá trị và vị trí của mình trong xã hội họ mới hành động có trách nhiệm, đến nơi đến chốn.

Người muốn khẳng định mình luôn có lòng tự trọng và họ không để sở trường và địa vị của người khác làm cho choáng ngợp. Người có lòng tự trọng và muốn khẳng định mình luôn chịu trách nhiệm cho mọi cái không hay trong cuộc sống của mình chứ không đổ lỗi cho hoàn cảnh (*nghèo cũng đổ tại trời, bệnh cũng đổ do trời, thất bại cũng đổ do trời)* hay không. Chúng ta có nên tự nói về mình là dân tộc đã chịu quá nhiều đắng cay hay không. Cá nhân tôi nghĩ bạn sẽ trả lời là không. Nếu người Việt ta xem việc sống tốt, vươn lên trong xã hội là bắt buộc, chúng ta chắc chắn phát huy hết tinh thần "tự lực tự cường" vốn còn âm ỉ bên trong người Việt.

Để luyện khả năng khẳng định mình sao bạn khôngthử xem qua một số ý kiến của tôi

A SAO NGƯỜI VIỆT CHÚNG TA LẠI KHÔNG HỌC CÁCH YÊU QUÝ CHÍNH BẢN THÂN MÌNH

Sao mỗi người Việt chúng ta không tử tế, lạc quan với chính mình. Tại sao người Việt ta không loại bỏ những suy nghĩ thiên về sầu não, kẻ yếu thế trong xã hội hay không. Người có lòng tự trọng nhỏ thường nghĩ mình là kẻ yếu thế trong xã hội, có suy nghĩ thiên về sầu não. Chúng ta nên gạt bỏ những ý niệm tiêu cực về bản thân, về cuộc đời, quên hết những câu ca dao như "một đời đeo bông đeo hoa, một đời lam lũ cũng qua một đời". Người có lòng tự trọng nhỏ thường không có thái độ tích cực về cuộc đời. Sao bạn không ngưng hát những bài hát với nội dung chấp nhận số phận nghèo, nội dung mang ý nghĩa tiêu cực. Những cái này sẽ làm cho ta cảm thấy chán chường trước cuộc sống, không cố gắng vượt qua khó khăn. Sao mỗi người Việt chúng ta không bắt đầu lạc quan khi nhìn bản thân mình và nhìn vào tương lai của chính mình.

Sao bạn không phát huy lối sống kỉ cương, ngăn nắp, gọn gàng, lịch sự, vươn cao, vươn đến sự hoàn hảo (những cái vốn chưa có dịp bộc lộ của người Việt) thay cho lối sống lối sống luộm thuộm, dễ dãi, tùy tiện trong cách nghĩ, cách làm.

B SAO NGƯỜI VIỆT CHÚNG TA LẠI KHÔNG TỰ KHẲNG ĐỊNH MÌNH.

Tự khẳng định là khả năng biểu lộ ý kiến, nhu cầu, mục tiêu của mình với người xung quanh một cách thẳng thắn. Tại sao người Việt ta không dần bỏ thái độ " nói trước bước không qua" khi biểu đạt mục tiêu của mình, thái độ này chỉ dành cho người sợ sai, nó làm người ta trở nên ức chế vì không thể hiện được bản thân. Tại sao chúng ta không làm điều này một cách nhẹ nhàng, lễ phép, không xúc phạm đến người khác. Tự khẳng định không hề đồng nghĩa với kiêu căng, hỗn hào mà thể hiện sự tự tin của chính mình. Chúng ta hoàn toàn có thể thể hiện mình, làm chủ những cảm xúc của mình.

Tự khẳng định mình thứ hai là khả năng thể hiện "cá tính", sự nổi trội về trí thông minh và tài năng của mình một cách tự nhiên. Nó thể hiện sự tự tin bên trong mỗi con người. Trong chủ nghĩa cào bằng của xã hội Việt, người ta nâng cao những con người bình thường, và hạ thấp người quan trọng. Như vậy không phát huy được tác dụng khích lệ đối với người quan trọng, đồng thời không khơi dậy tính tích cực trong người bình thường. Cái chủ nghĩa "cào bằng" hồ đồ và tai hại của người Việt này đã áp chế mỗi con người Việt, buộc những con người thông minh, cá tính hơn người phải hành động như thể họ không hề nổi trội hơn người khác và phải cư xử theo kiểu "cá mè một lứa" với người yếu tài kém đức hơn.

Người ta cũng ít khi muốn học hỏi từ người có tài năng, đức cao hơn mình.

Khi những người Việt thông minh và có cá tính hơn người vì muốn làm đẹp lòng người xung quanh mà không thể khẳng định mình. Điều này vô cùng bất lợi cho họ và cũng khổng có lợi cho người xung quanh. Khi đó người Việt đã tụt xuống nhiều bậc trong nấc thang văn hóa. Xã hội Việt Nam vì vậy mà vẫn nghèo nàn lạc hậu.

Trong thế gian ai cũng có một sứ mệnh riêng, người thông minh, có chí lớn thì là việc lớn, tạo cơ hội việc làm cho nhiều người khác. Người thông minh, có tài thì chỉ dẫn, giúp đỡ người khác. Người ít thông minh thì nhận cơ hội từ người thông minh và nhận giúp đỡ từ người khác để mưu cầu cuộc sống cho mình. Đối với bất cứ dân tộc nào, văn minh hay lạc hậu, nghèo đói hay thịnh vượng, tự do hay nô lệ… đều tùy thuộc vào số ít người thông minh, thành phần trí thức. Họ là đầu máy của con tàu, là xương sống của đất nước. Chỉ có người thông minh, trí thức, có cá tính mới có thể dẫn dắt tập thể đi lên. Nếu họ không dám thể hiện mình vì muốn tránh "bứt dây động rừng", tự ép mình cư xử cá mè một lứa với người xung quanh, đây không phải là thái độ khiêm tốn, mà là thái độ thiếu trách nhiệm với người xung quanh, với cộng đồng. Người khiêm tốn không ích kỉ với người xung quanh.

Một nguyên nhân nữa khiến người Việt chưa thể khẳng định mình chính là môi trường làm việc. Tôi nghĩ đã đến lúc chủ doanh nghiệp Việt nên trả lương theo phần trăm doanh thu thay vì trả lương cứng như hiện nay. Cách này đặc biệt hiệu quả đối với những công ty mà doanh thu dựa chủ yếu vào con người chứ không phải những thứ khác (máy móc, bất động sản…). Cách làm này cũng hiệu quả với công ty khởi nghiệp. Nếu doanh thu dựa vào tài sản (máy móc, bất động sản…) thì lương nhân viên một phần là cố định, một phần là phần trăm doanh thu.

Nếu tôi giám đốc một bộ phận của công ty, tôi sẽ yêu cầu các nhân viên trong bộ phận đánh giá tất cả các nhân viên xuất sắc từ 1 đến 10 rồi bí mật gửi cho tôi. Tôi sẽ tổng hợp và dựa vào đó sắp xếp lương (một phần lương là cố định, một phần lương sẽ dựa trên danh sách này). Với việc làm này, nhân viên sẽ không nói là lãnh đạo đánh giá không khách quan. Nếu nhân viên ai có thành kiến với ai mà đánh giá họ thấp, thì vẫn còn những nhân viên khác đánh giá.

C HI SINH MỘT CHÚT VÌ NGƯỜI KHÁC, CHO CỘNG ĐỒNG LÀ GIÁN TIẾP TẠO LỢI ÍCH CHO MÌNH.

Ở phương Tây người thông minh được khuyến khích theo đuổi đam mê, thành công trong sự nghiệp, tạo công ăn việc làm cho người khác. Người thông minh khác có thể trở thành các nhà khoa học, nghiên cứu về công nghệ cho các doanh nghiệp và cung cấp công nghệ cho người làm công ăn lương. Người làm công ăn lương, nông dân, ngư dân chiếm đa số tiếp nhận việc làm từ người có sự nghiệp, tiếp nhận công nghệ từ những nhà khoa học để tăng năng suất lao động. Cả cộng đồng như một khối hoạt động nhịp nhàng, ai cũng ý thức được vai trò của mình, không ai đố kị với khả năng của người khác vì họ biết rằng nếu người này thành công họ sẽ được lợi.

Ở Việt Nam, người ít thông minh thường không có nhiều cơ hội việc làm. Người Việt ít thông minh thường tìm cách nhanh nhất để kiếm tiền. Không ít trong số họ thất bại. Mỗi con người Việt có ít trí thông minh vẫn được dạy là phải kiên trì, bền chí khi làm ăn nhưng ai cũng bảo nhau là : "nói vậy chứ không phải vậy". Vì xã hội không tạo ra nhiều việc làm để họ cần cù.

Người Việt còn trẻ con, cho nên người Việt vẫn đang làm ăn kinh tế bằng tư duy chiến tranh du kích. Trong chiến tranh du kích, người ta tấn công chớp nhoáng, khi thành công thì rút lui nhanh. Còn trong làm ăn kinh tế, người Việt cũng làm ăn theo lối du kích, tức là làm một cách chớp nhoáng, khi có được một chút lợi thì rút lui nhanh. Thưa thật với bạn, tôi trước kia cũng làm đủ thứ nghề, từ chỗ sửa vi tính, được một thời gian cũng bỏ rồi làm những nghề khác, được một thời gian, thu được một ít tiền rồi cũng bỏ. Cách làm việc như vậy rõ ràng bấp bênh, không bền. Sao người ít thông minh không tìm đến người thông minh, người muốn tạo dựng sự nghiệp, tìm cách cộng tác, giúp đỡ họ. Trong xã hội khó khăn này, nếu sống một mình thì chỉ tự chuốc lấy họa diệt vong.

Tôi nhận ra sai lầm của tôi là ở chỗ tôi bài bác, áp chế người thông minh mình từng gặp, bắt họ phải khiêm tốn thay vì bắt họ thể hiện mình và khuyến khích họ khẳng định mình (thậm chí tôi phải giúp đỡ họ khẳng định mình vì bản thân tôi cũng thu được lợi khi cộng tác với họ). Hành động NGU XUẨN và DẠI DỘT (bài bác, áp chế người thông minh) này khiến họ không thể làm nên nghiệp lớn. Kết quả là người chịu hậu quả sau cùng lại chính là tôi.

Sao bạn không thử xem qua một câu chuyện ngụ ngôn.

Trong vùng đồng cỏ châu Phi, có một con sư tử đực mất đàn, một con báo đã già và năm con sói mới lớn lạc mất mẹ. Một hôm chúng tình cờ gặp nhau và quyết định liên kết cùng nhau để săn mồi vì chúng biết nếu săn mồi riêng lẻ chúng sẽ không có kết quả và có đứng trước nguy cơ chết đói. Khi tất cả thấy một con ngựa vằn, chúng bắt đầu lao vào con mồi, con báo nhanh nhất, lao nhanh đến con mồi sớm nhất nhưng nó không đủ khỏe để giết con mồi. Con sư tử cũng lao đến sau con báo nhưng không đủ nhanh để tóm được con ngựa và để vụt mất con mồi. Năm con sói có sức bền cao hơn, rượt đuổi con mồi trong đoạn đường dài nhưng kích thước của chúng không đủ lớn để giết con mồi. Cả nhóm lao đến con mồi một cách hỗn độn, mạnh ai nấy làm, không cần quan tâm đến người khác. Sau cùng tất cả họp lại và quy trách nhiệm cho nhau, một bên trách bên kia không đủ nhanh để đến hỗ trợ, bên kia trách bên này không đủ khỏe để giữ chân con mồi chờ hỗ trợ, bên này trách bên kia sao không nỗ lực đến cùng mà bỏ cuộc nửa chừng. Các thành viên trong nhóm mất lòng tin vào nhau. Để tránh nguy cơ tan rã, các thành viên trong nhóm đành bằng mặt chứ không bằng lòng, dĩ hòa vi quý, hạ thấp cái tôi.

Khi người Việt làm việc nhóm, các thành viên thường làm việc một cách hỗn độn, thiếu trật tự và kỉ luật. Khi làm việc nhóm, họ thường cãi nhau, cười giỡn, thiếu tính kỉ luật. Nguyên nhân là vì tất cả các thành viên người Việt đều lao vào mục tiêu bất chấp mỗi người có ưu điểm, suy nghĩ và chính kiến riêng. Ai cũng biết đến sở trường của mình nhưng không quan tâm đến sở trường của người khác. Người Việt thường cãi nhau vì mỗi người có một quan điểm, suy nghĩ, chính kiến riêng. Những thành viên đều lao vào mục tiêu một cách bản năng, làm việc một cách rất hỗn độn, người làm ít, người làm nhiều, người không làm. Khi không chinh phục được mục tiêu thì thành viên người Việt thường mất lòng tin vào nhau, và đều quy trách nhiệm cho nhau. Để giải quyết, người Việt thường khuyến khích con người hạ thấp cái tôi bên ngoài theo kiểu bằng mặt mà không bằng lòng, nhưng cách làm này là rất dại dột và chỉ mang tính đối phó. Và còn một nguyên nhân nữa là tập thể người Việt không hề thông minh hơn một người Việt độc lập nên làm việc trí óc mà làm việc tập thể chỉ làm trì níu sự nổi trội của cá nhân.

Ở Việt Nam, khi cả cộng đồng Việt Nam hành động vì một mục tiêu quốc gia nào đấy(y tế, giáo dục, giao thông…), thì các thành phần trong xã hội Việt Nam(người dân, giới truyền thông, người thực thi…) cũng mạnh ai nấy làm biết phần mình, chẳng cần quan tâm đến thành phần khác như thế nào, làm việc một cách rất hỗn độn, thành phần làm ít, thành phần làm nhiều, thành phần không làm. Kĩ năng làm việc tập thể của người Việt là rất tệ. Khi không chinh phục được mục tiêu, các thành phần trong cộng đồng Việt Nam bao gồm báo chí, người dân… bắt đầu quy trách nhiệm cho nhau.

Đến một ngày, một con quạ đến gặp nhóm này và hứa sẽ giúp các con vật trong nhóm săn được mồi. Con quạ bay trên bầu trời, phát hiện một con ngựa đang gặm cỏ. Vậy là nó bố trí năm con sói ở một nơi nhiều cỏ nhất để mai phục, con báo vòng ra sau con mồi, con sư tử nấp ở một nơi nào đấy. Khi có tín hiệu, con báo lao vào con mồi, con ngựa bỏ chạy và chạy vào ổ phục kích của con sói. Tuy nhiên con sói không đủ khả năng để giết con mồi, nó chỉ đủ khả năng giữ chân con mồi trong giây lát. Khi con ngựa đang loay hoay tìm đường thoát, con sư tử lao đến cắn vào cổ con mồi. Khi các thành viên trong nhóm tự giác ý thức được vai trò và vị trí của mình và có ý thức hỗ trợ người khác, đặt mình vào vị trí của người khác và nghĩ cho người khác, nhất định nhiệm vụ chung sẽ hoàn thành, cả nhóm sẽ chinh phục được mục tiêu.

Sao người Việt ta không bắt đầu hiểu ra rằng tập thể người Việt không hề thông minh hơn một người Việt độc lập, và giải quyết một nhiệm vụ về trí óc cũng không hề giỏi hơn một người độc lập. Thậm chí khi những con người Việt thông minh họp lại, những quyết định của họ cũng không hơn gì quyết định do người ngu dốt họp lại tạo ra. Vậy để làm việc không hỗn độn, sao mỗi người Việt không giải quyết một nhiệm vụ riêng biệt của nhóm. Chúng ta có nên giao một nhiệm vụ cho nhiều người làm, dàn đều lợi ích cho tất cả hay không. Cá nhân tôi nghĩ bạn sẽ trả lời là không. Có thể người giỏi sẽ giải quyết nhiều nhiệm vụ, nhiệm vụ khó, được tôn trọng hơn, nhận được nhiều lợi ích hơn các thành viên khác nhưng như vậy mới có tác dụng khích lệ, khơi gợi tính tích cực của số người còn lại. Tập thể như vậy mới làm việc có trách nhiệm, mới tiến bộ lên được.

Trong một tập thể Việt Nam, sao các thành viên giỏi người Việt không tự giác ý thức sở trường, của mình, tự lãnh nhiệm vụ cho mình. Sao các thành viên khác không bắt đầu ý thức sở trường, sở đoản của người tài giỏi và tự giác phân công vai trò, vị trí, nhiệm vụ cho họ. Sao các thành viên khác trong nhóm không bắt đầu hình thành ý thức hỗ trợ người giỏi phát huy sở trường. Sao bạn không bắt đầu chấp nhận rằng người giỏi làm nhiều hơn mình, được tôn trọng hơn mình, nhận nhiều lợi ích hơn mình. Dám chấp nhận là biểu hiện của bậc đại trượng phu.

Thay vì chê trách nhược điểm của người yếu kém, sao các thành viên giỏi người Việt trong một tập thể Việt Nam không bắt đầu động viên các thành viên khác phát huy khả năng và tất cả đều được lợi: sao các thành viên giỏi người Việt không gây cho người khác một thanh danh, một vị trí, người đó sẽ cố gắng với thanh danh, vị trí đó. Sao các thành viên giỏi không khuyến khích người khác, nói rằng công việc ấy dễ lắm, tỏ ra

23

tin nơi tài năng của họ, rằng họ có tài năng mà họ không ngờ,... họ sẽ cố gắng để làm tốt công việc đó. Sao các thành viên giỏi không lấy công tâm công nhận sự gắng sức của người khác, khen những tấn tới nhỏ nhất của họ. Nhiều lời khen đã thay đổi cục diện một đời người. Đây là cách để các thành viên giỏi không bị coi là kiêu ngạo.

Đây là cách tôi thường làm để giúp người khác chiến thắng chính mình, tạo ra sự đột biến trong hành động của họ. Trước kia tôi rất kiêu ngạo, không bao giờ khuyến khích, giúp đỡ người khác nhưng bây giờ tôi thường làm cách này để tạo ra sự đột biến trong hành động của một con người và cũng với hi vọng người khác cũng sẽ làm như vậy đối với tôi trong các lĩnh vực sở trường của tôi không hơn người khác vì tôi biết tuy tôi giỏi nhưng không phải lĩnh vực nào tôi cũng giỏi hơn người.

Nếu các thành viên trong nhóm, bất đồng quan điểm, sao các thành viên không nghe theo người giỏi vì thực tế đã chứng minh ý kiến của người giỏi sáng suốt hơn và có khả năng đưa tập thể lên đến đỉnh thành công. Trong nhiều trường hợp, để thuyết phục tập thể nghe theo ý kiến thông minh của tôi, tôi không áp đặt ý kiến của mình, mà thường thuyết phục tập thể nhưng là bằng cách nêu ra ví dụ, dẫn chứng, mẩu chuyện để gợi hình ảnh trong trí tưởng tượng của họ, thay vì dùng lý lẽ vì tôi biết lý lẽ không thuyết phục được tập thể. Trong nhiều trường hợp khác, ý kiến của tôi và người khác đều có lý riêng, thay vì kiêu ngạo tôi thường đặt mình vào địa vị của họ suy xét theo lập trường của họ, và thỏa hiệp, và tìm ra phương án chung nhất.

Chương 6:
Bí mật đen tối về lối tư duy của người Việt

"SHARE"

LÀM ƠN CHIA SẺ SÁCH NÀY CHO 20 NGƯỜI…. THÔI ĐƯỢC RỒI! CHỈ CẦN 1 NGƯỜI LÀ TÁC GIẢ VUI RỒI. CẢM ƠN.

LỜI THÚ NHẬN:

Kính thưa quý độc giả, bản thân tôi khi còn là học sinh cũng là một đứa trẻ rất ranh ma. Tôi đã từng chép tài liệu trong thi cử thậm chí còn chép tài liệu trong các kì thi sử, địa bằng tiếng Anh rồi dịch qua tiếng Việt. Với suy nghĩ trẻ con của mình, để vượt qua các kì thi tôi không thích đi thẳng mà thường thích đi không chính thống. Có một thời kì tôi đi buôn bán, tôi kiếm được tiền không phải nhờ những phương pháp chính thống mà nhờ thói quen manh mún của mình. Trải qua nhiều thất bại, tôi nhận ra rằng mình đã quá lém lỉnh, quá nông nổi, quá bộc phát. Hành động của tôi chỉ có kết quả trước mắt chứ không mang lại kết quả lâu dài.

*Tôi ước quý độc giả có thể rút ra bài học từ cách suy nghĩ trẻ con của tôi sau khi **xem qua chương sau**.*

A   LỐI TƯ DUY CỦA NGƯỜI VIỆT.

Trên thế giới, bản chất của người Nhật là Kim Ngưu pha chút Bạch Dương nên họ cần cù, có ý chí mạnh, giỏi chịu đựng, kỉ luật (giống cung Kim Ngưu). Họ luôn đi đầu trong khu vực Đông Á trong công nghiệp. (giống cung Bạch Dương). Nhưng khi xâm lược các dân tộc khác, họ không hề nghĩ đến cảm giác của dân tộc khác khi làm tổn thương dân tộc khác (giống cung Bạch Dương).Bản chất của người Hàn là Thiên Bình pha chút Bọ Cạp nên họ rất trọng sĩ diện, sợ sai (giống cung Thiên Bình), nhưng có tính nuốt hận và ý chí mạnh(giống cung Bọ Cạp).

Tôi từng tự hỏi đâu là tính cách đặc trưng của người Việt. Riêng cá nhân tôi nói người Việt Nam có tính cách và tư duy giống Song Tử pha chút Kim Ngưu. Vì người Việt giỏi thích nghi, dễ tính, thích tụ tập, nhưng suy nghĩ như trẻ con và rất lém lỉnh. Đây vốn là đặc trưng của Song Tử.(Nếu cho tôi chọn một biểu tượng cho dân tộc Việt tôi sẽ không chọn một con vật nào cả, tôi sẽ chọn hình tượng hai đứa trẻ Song Tử vì người Việt vốn là những đứa trẻ lém lỉnh, giỏi thích nghi, thích tụ tập.) Mười tật xấu của người Việt cũng gần giống mười tật xấu của người cung Song Tử.

Người cung Kim Ngưu có 1 đặc điểm: động đến họ thì họ nhẫn nhịn nhưng đến một lúc nào đó thì hãy coi chừng. Dân tộc Việt Nam cũng có thể nhẫn nhịn trước giặc ngoại bang cái gì cũng có giới hạn của nó. Trong quá khứ, khi giặc phương Bắc cho sứ sang hạch sách nước ta đủ điều, ta vẫn nhẫn nhịn nhưng đến giới hạn thì không nhịn nữa. Khi thực dân Pháp xâm lược chúng ta lần thứ hai, bác Hồ nói:… chúng ta đã nhẫn nhịn, nhưng chúng ta càng nhẫn nhịn, thực dân Pháp càng lấn tới.

Bên cạnh đó, dân tộc Việt mang tính cách giống người cung Kim Ngưu nên trong lịch sử dân tộc Việt Nam có khả năng chịu đựng những đòn đau của số phận. Tuy nhiên, người cung Kim Ngưu rất bảo thủ, phản ứng rất chậm chạp. Chúng ta rất bảo thủ trong tiếp thu khoa học kĩ thuật của thế giới, phản ứng chậm chạp trước sự thay đổi của thế giới và co mình trong hủ lậu. Ngày nay khi thế giới bước sang cuộc cách mạng công nghiệp thứ tư, chúng ta vẫn phản ứng chậm chạp trước những thay đổi của thế giới.

Có một lần tôi đến một tiệm may, tôi đưa cho chủ tiệm may một mảnh vải và ý kiến chủ tiệm đo kích thước của tôi. Sau đó tôi nói với chủ tiệm may rằng: nếu diện tích vải đủ để may hai cái áo thì nên may hai cái áo cho tôi còn nếu không đủ thì chỉ cần may một cái áo là đủ. Mấy ngày sau, khi tôi đến lấy áo thì tôi nhận được hai cái áo nhưng hai cái áo đó mặc rất chật. Thì ra vải chỉ đủ may một cái áo nhưng chủ tiệm may cố tình may hai cái áo để lấy tiền công hai cái áo thay vì may một cái và chỉ lấy tiền công một cái. Vậy là từ đó tôi không bao giờ quay lại tiệm may đó.

Lối tư duy lém lỉnh, bất chấp mọi quy luật miễn sao được việc này của người Việt đặc biệt hiệu quả trong chiến tranh, lối tư duy không thích đi theo lối thẳng, tạo ra một lối đánh du kích đầy biến ảo. Chúng ta không đánh trực diện địch mà đánh du kích. Địch đánh vào ban ngày, chúng ta đánh vào ban đêm. Địch có vũ khí mạnh, thì ta đánh vào chỗ hiểm của địch. Chúng ta xuất hiện nơi địch không ngờ tới, đánh chớp nhoáng vào những nơi địch không ngờ tới vào thời điểm địch không ngờ tới, với sức mạnh địch không ngờ tới và rút lui nhanh. Bằng sự lém lỉnh của mình, chúng ta làm cho địch hốt hoảng về tinh thần, suy nhược về ý chí và thua trận. Việt Nam có tới hai vị tướng lọt vào top mười vị tướng giỏi nhất mọi thời đại.

Tư duy của tôi (của người Việt) tư duy trẻ con	Tư duy người Lớn
Tư duy nhỏ	Tư duy lớn
Ham chơi (hưởng thụ nặng), chỉ làm khi hứng thú hoặc trong tình thế bắt buộc	Theo đuổi lý tưởng. Chinh phục nghịch cảnh
Khôn khéo	Trí tuệ thực sự
Sơ xài, chưa có tinh thần trách nhiệm	Có tinh thần trách nhiệm
Tự ái	Tự trọng
Rụt rè, sợ sệt	Can đảm
Chưa trọng chữ tín	Giữ chữ tín
Nóng vội, sơ sài, đầu voi đuôi chuột	Tập trung, tận tâm, làm từ đầu đến đuôi
Dễ dãi	Cứng rắn
Bộc phát, không nghiêm túc	Tuân thủ nguyên tắc, kỉ luật
Nhẹ dạ và dễ bị tác động	Suy nghĩ chín chắn
Cách nhìn thường phiến diện và hành xử hơi thái quá.	Có cái nhìn đúng mực và cư xử đúng mực

Trong thời bình mỗi con người Việt thường thụ động trong những việc lớn, năng động làm việc nhỏ (vì bản chất của người Việt là Kim Ngưu nên rất thụ động, bên cạnh đó họ là Song Tử nên rất trẻ con, do đó họ chỉ thích làm những việc nhỏ) . Họ không thích làm ăn theo lối đi thẳng, thích làm theo lối du kích, manh mún, thích đi tắt. Nhiều doanh nghiệp Việt khi vươn ra thế giới rất thích đi tắt đón đầu. Người làm ăn theo lối manh mún, du kích thường muốn kiếm tiền một cách nhanh chóng, dễ dãi thay vì gầy dựng cho mình một cơ đồ. Họ có thể tìm đủ mọi cách như tung sản phẩm kém chất lượng, đục nước béo cò tăng giá sản phẩm để thu lợi bất chính. Tuy nhiên không khách hàng nào muốn mình bị xem là thằng ngu hay đang bị lừa. Một lần thất tín, vạn sự bất tin. Tiền tài của họ thường không kéo dài lâu vì nó thuộc loại sáng nở tối tàn.

Trong phê bình người khác người ta cũng không thích nói thẳng mà thường nói cạnh nói khóe (do đó không tiến bộ lên được), không thích nói trước mắt mà thường nói sau lưng. Cách phê bình kiểu này có thể tốt trong các mối quan hệ nhưng không tốt trong công việc. Trong buổi họp, người ta cũng không thích phê bình nhau, tuy nhiên lại nói rất mạnh miệng sau buổi họp.

> *Tôi trước kia thường bốc đồng, dễ thay đổi và dễ bị kích thích bởi môi trường xung quanh, bởi lợi lộc. Cách tư duy của tôi cũng thường tư duy theo hướng bộc phát, hồn nhiên, không dựa trên sự nghiêm túc. Chính vì vậy tôi khi đi đến đích thì thường tìm đường ngắn nhất để đến đích. Tính cách của tôi thường thiên về bản năng, tự phát khiến tôi làm việc theo kiểu không chắc chắn mà thường lém lỉnh, nông nổi, vội vã. Từ đó hình thành nên lối tư duy du kích, không thích đi thẳng, thích đi những con đường phi chính thống trong con người tôi.*

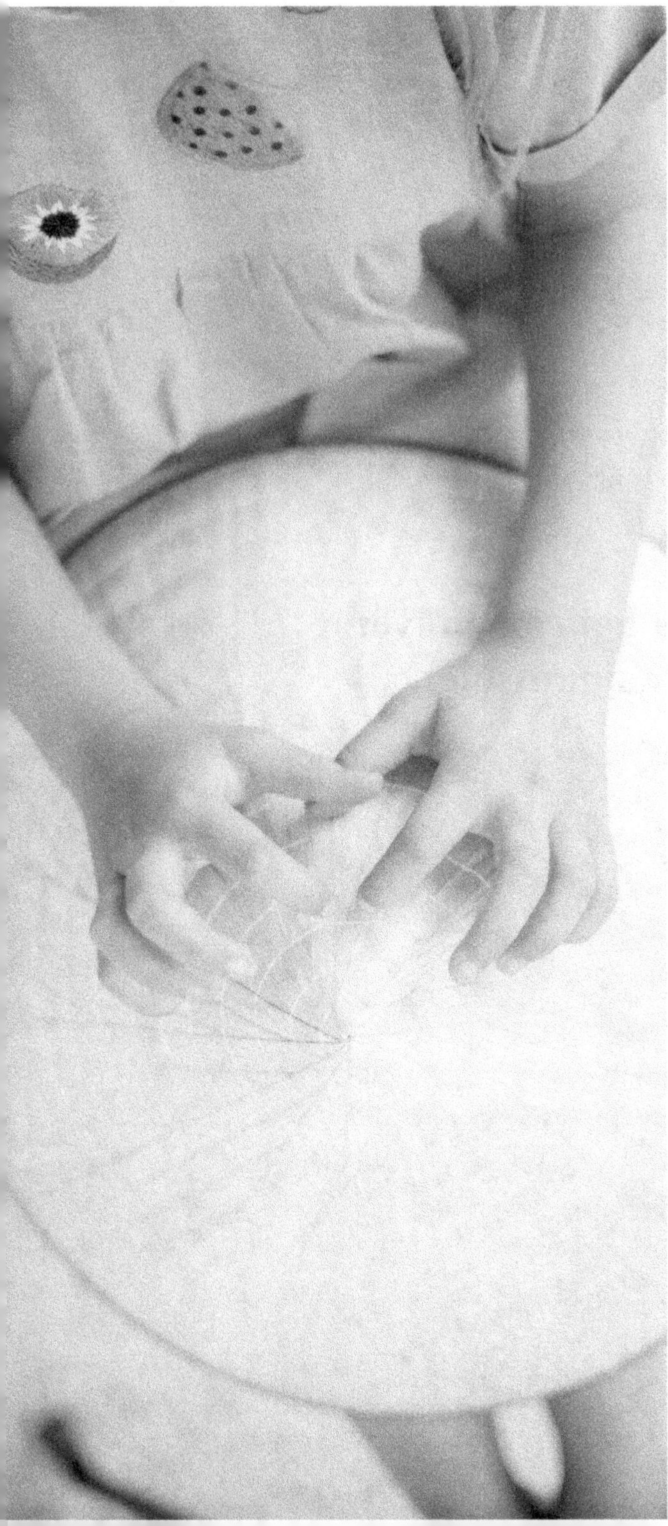

Trong thời bình, trong làm ăn kinh tế, mỗi con người Việt vẫn có lối tư duy rất giống tôi. Lối tư duy du kích này khiến người ta (ngay cả đối với người thông minh, có phẩm chất tốt) thường hành động nhanh, thu lợi nhanh, giải quyết vấn đề một cách nhanh chóng, theo kiểu đối phó, theo kiểu lém lỉnh, không giải quyết một cách toàn diện. Những điều này đều thể hiện sự BỊ ĐỘNG - THỤ ĐỘNG và TRẺ CON trong tư duy và trong tính cách của tôi và của mỗi con người Việt.

NGƯỜI BẠN NƯỚC NGOÀI ĐÃ NÓI CÂU NÓI CÓ PHẦN XÚC PHẠM TÔI:

MỘT DÂN TỘC TOÀN LÀ TRẺ CON THÌ DÂN TỘC ĐÓ LÀM VIỆC GÌ CŨNG TRẺ CON, NHẸ DẠ VÀ DẠI DỘT.

Tuy nhiên tôi không trách anh ta. Giá như bạn rút kinh nghiệm từ tôi khi đọc những dòng sau. Song Tử vốn thông minh, chững chạc nhưng sao sự chững chạc vẫn chưa được nhìn thấy ở người Việt. Người Việt thường hành xử theo kiểu trẻ con, bộc phát, không dựa trên sự nghiêm túc. Giảm sút khả năng tư duy, đó cũng là một đặc điểm của lối sống cộng đồng, làng xã, tập thể ở Việt Nam. Khi đó suy nghĩ và hành động của người Việt rất trẻ con, hoang dại. Trong cộng đồng các cá nhân bị đồng nhất lại, hoạt động của não của mỗi người bị suy giảm và nhường ưu thế cho thần kinh thực vật.

B TRÍ TUỆ CỦA NGƯỜI VIỆT

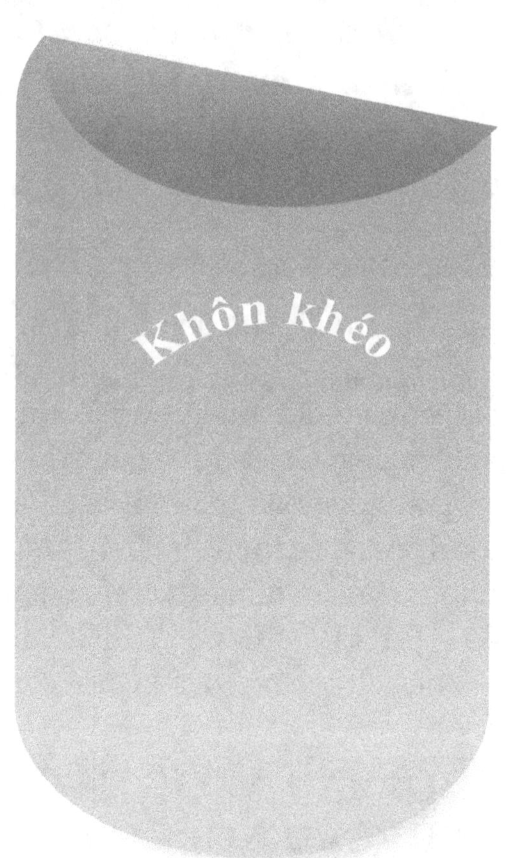

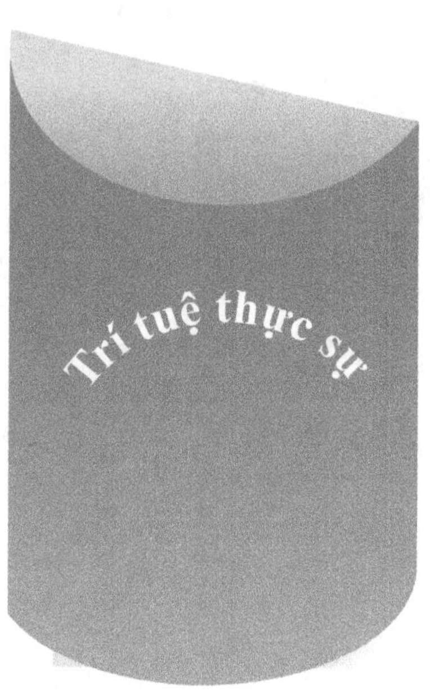

Sao bạn không thử xem qua hai câu chuyện nói về trí thông minh của người Việt.

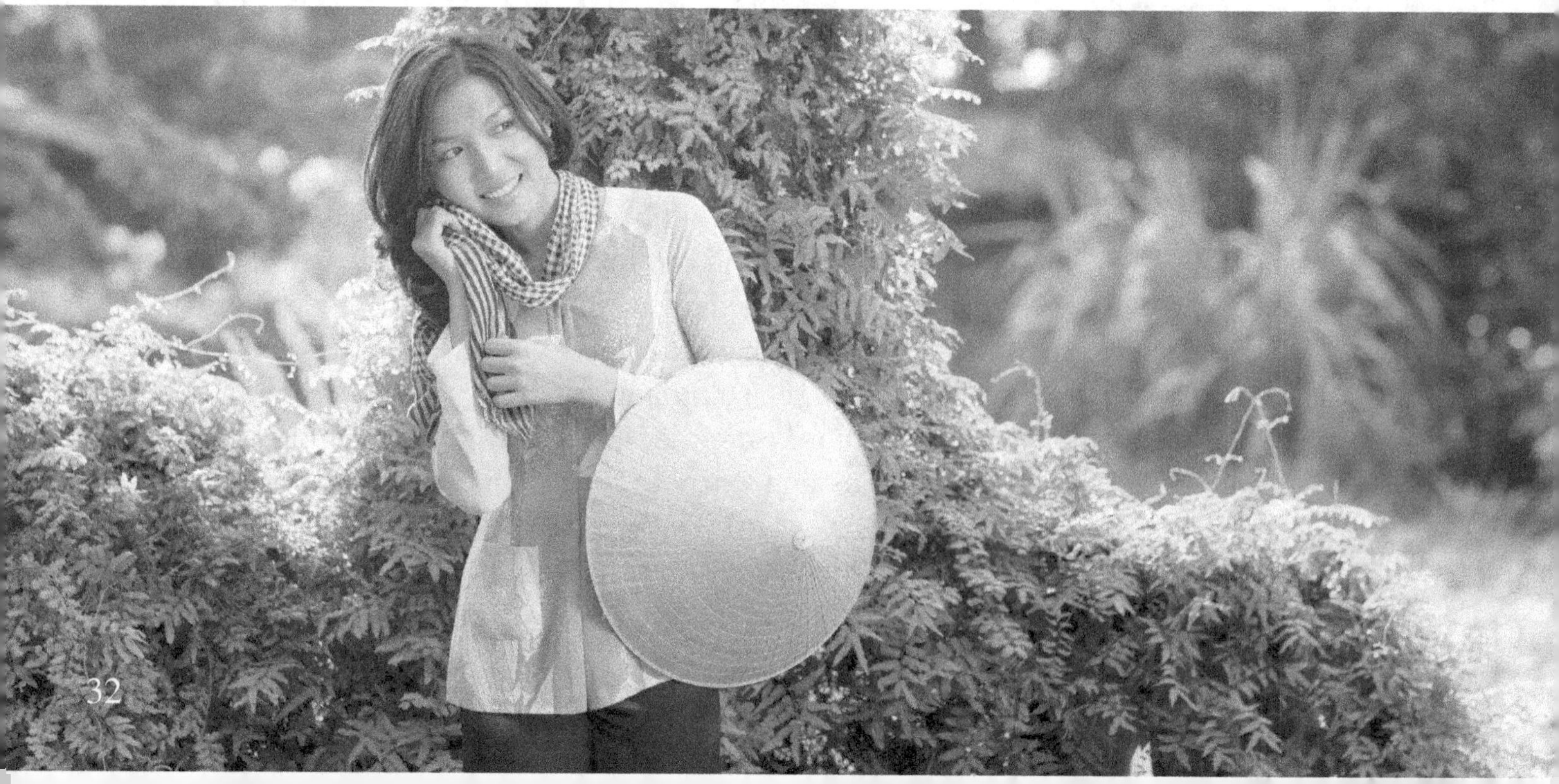

CÂU CHUYỆN THỨ NHẤT

Mạc Đỉnh Chi quê ở Chí Linh, đỗ trạng nguyên khoa giáp thìn. Ngay sau đỗ đạt, ông được sung chức nội thư gia và bốn năm sau, ông được cử sang sứ nhà Nguyên, để mừng việc Nguyên Vũ Tông lên ngôi.

Khi ở bên Trung Quốc, một hôm viên tể tướng mời ông vào phủ. Trong phủ lúc đó có treo bức trướng mỏng, trên thêu hình con chim sẻ đậu trên cành trúc. Đỉnh Chi nhầm tưởng là chim sẻ thật chạy đến bắt. Người Nguyên thấy, cười ồ cho là người phương xa không biết gì. Bất thình lình, Đỉnh Chi kéo bức trướng xuống, xé đi. Mọi người vô cùng ngạc nhiên, hỏi Đỉnh Chi tại sao lại làm như vậy. Đỉnh Chi đáp: tôi nghe ngày xưa, người ta nói, chim sẻ chỉ đi kèm với cành mai chứ chưa bao giờ thấy chim sẻ đi kèm với cành trúc cả, trên bức trướng, tể tướng để chim sẻ đậu trên cành trúc, trúc tượng trưng cho quân tử, chim sẻ tượng trưng cho tiểu nhân, chim sẻ đậu trên cành trúc tức là tiểu nhân đứng trên quân tử, làm như vậy đạo tiểu nhân sẽ thắng đạo quân tử. Tôi làm vậy là để tiểu trừ bọn tiểu nhân cho quý quốc ấy mà. Mọi người nghe vậy đều phục tài ông.

Có lẽ trong phút nhất thời trí tuệ vô thức của Đỉnh Chi đã lấn áp trí tuệ có ý thức nên Đỉnh Chi tưởng chim trên tường là chim thật. Hành động của Đỉnh Chi quả là thông minh nhưng lại khôn khéo hơn là trí tuệ thực sự.

Đây là câu chuyện về tài trí của người Việt. Tuy nhiên có người nhận xét đây chỉ là những tài trí thiên về khôn khéo, ranh vặt, vụng chèo khéo chống hơn là trí tuệ thực sự. Người Việt Nam thông minh, lanh lợi nhưng đây là sự thông minh thiên về lém lỉnh, nông nổi, vội vã.

Trí tuệ của mỗi người Việt thường đi theo hướng KHÔN KHÉO hơn là TRÍ TUỆ thực sự. Trong khi các dân tộc khác đều tư duy theo hướng trí tuệ thực sự thì người Việt đều tư duy theo hướng khôn khéo, do đó người Việt thường cảm thấy tự ti khi đứng trước các dân tộc khác. Bên cạnh đó sự thụ động trong tư duy khiến người Việt ít khi tạo ra những sản phẩm trí tuệ tầm cỡ nào.

Có một người nước ngoài nhận xét người Việt Nam có trí tuệ tầm thường, không có gì nổi bật, họ rất thông minh trong chuyện nhỏ, nhưng không hề thông minh trong chuyện lớn. Trong chuyện lớn họ thường cầu cạnh người khác và tự ca ngợi đó là sự khôn khéo của mình. Do đó họ thường thích bắt chước hơn là có chính kiến riêng, làm những việc dễ làm và những việc đã có người từng làm. Tuy nhiên, khi các bạn đọc chương 5, khơi gợi lòng tự trọng rồi thì mọi chuyện sẽ khác. Như tôi đã nói: người có lòng tự trọng chỉ sợ thẹn với lòng, thời gian sẽ chứng minh trí tuệ Việt Nam có thực sự như vậy hay không.

Một con cọp đi từ rừng sâu ra, thấy một anh nông dân cùng một con trâu cày ruộng. Trâu cặm cụi làm theo lời người nông dân, lâu lâu lại bị quất một roi vào mông. Cọp cảm thấy vô cùng ngạc nhiên, nó liền chờ đến trưa, gặp trâu và hỏi:

- **Này, ông anh trông khỏe thế, sao lại để người ta đánh đập khổ sở như vậy?**
- **Trâu khẽ trả lời vào tai cọp:**
- **Người ta tuy nhỏ nhưng có trí khôn đấy anh ạ!**
- **Cọp vẫn không hiểu, tò mò hỏi lại:**
- **Trí khôn là cái gì? Nó trông như thế nào ?**
- **Trâu không biết giải thích ra sao, đành trả lời qua loa lấy lệ :**
- **Trí khôn là trí khôn chứ còn làm sao nữa, muốn biết thì hỏi người ta ấy.**
- **Cọp liền bước lại chỗ anh nông dân và hỏi :**
- **Trí khôn của anh đâu, cho tôi xem một chút được không ?**
- **Anh nông dân suy nghĩ một chút rồi nói :**
- **Tôi để trí khôn ở nhà. Để tôi về nhà lấy. Anh có muốn xem thử hay không**
- **Cọp nghe vậy mừng lắm. Anh nông dân đi được một lúc rồi quay trở lại nói:**
- **Nếu tôi đi khỏi, anh ăn mất trâu của tôi thì sao ?**
- **Cọp đang boăn khoăn thì anh nói tiếp :**
- **Hay là anh để tôi buộc anh vào gốc cây này, sau khi về tôi sẽ thả anh ra.**
- **Cọp ưng thuận, anh nông dân bèn lấy dây trói cọp lại. Sau đó anh lấy rơm chất xung quanh cọp, châm lửa đốt và nói :**
- **Trí khôn của ta đây ! Trí khôn của ta đây !**

Trâu thấy mọi chuyện như vậy, khoái chí quá, bò lăn ra cười, không may hàm va vào đá, răng trên gãy không còn chiếc nào.

Một lúc sau, dây thừng đứt, cọp vùng dậy, ba chân bốn cẳng, chạy tót vào rừng, không dám ngoái đầu lại.

Từ đó những con cọp sinh ra luôn có những vết đen dài, đó là dấu tích của những vết cháy xưa, còn trâu thì không con nào có răng ở hàm trên.

Người Việt ta là dân tộc luôn chiến thắng trong chiến tranh. Tuy nhiên có lẽ vì luôn chiến thắng trong chiến tranh nên người Việt vẫn dùng tư duy chiến tranh, tư duy chiến tranh du kích trong thời bình, trong làm ăn kinh tế và trong nhiều lĩnh vực. Lối tư duy này có lẽ đã khiến người Việt loay hoay khó phát triển trong thời bình.

Tư duy của tôi (của người Việt), tư duy chiến tranh, tư duy chiến tranh du kích,	Dân tộc khác, tư duy trong thời bình
Khôn khéo	Trí tuệ thực sự
Chữ tín không quan trọng, chiến thắng mới là tất cả.	Chữ tín là tối quan trọng
Tận dụng những gì sẵn có và chiến thắng cuộc sống, đối thủ(đội bóng đá nam Việt Nam để thua trên khắp các mặt trận vì chúng ta dùng lối tư duy này)	Phát triển những gì sẵn có và chiến thắng chính mình
Bất chấp mọi quy luật, miễn sao được việc	Hành động theo quy luật, chờ đợi kết quả sau cùng.
Có hành động chớp nhoáng, muốn có kết quả nhanh	Có những hành động dài hạn, chờ đợi kết quả to lớn

KHI NGƯỜI VIỆT TƯ DUY THEO LỐI TRẺ CON.

TÁC HẠI 1   CUỘC SỐNG BẤP BÊNH, BIẾT NGÀY NAY MÀ CHƯA BIẾT NGÀY MAI.

Người có tư duy khôn vặt, lém lỉnh thường không tự sắp đặt cuộc đời mình. Họ thường để cuộc đời sắp đặt họ, đặt họ ở đâu thì họ tìm cách ứng phó với hoàn cảnh ở đó. Họ thường có lắm chiêu, nhiều kế để đạt được mục tiêu chốc lát nhưng những chiêu, kế đó không thể có tác dụng lâu dài. Những thành công do những chiêu kế đó đến rất nhanh. Do đó họ có thể lầm tưởng rằng thành công có thể đến với họ một cách nhanh chóng và thỏa mãn ngay với thành quả mình đạt được. Đến lúc tiền tài không còn như ý muốn họ có thể hụt hẫng và chán nản. Tư duy lém lỉnh khiến người Việt đôi khi thường nông nổi, vội vã trong xử lý các công việc và như vậy có thể dẫn tới những sai lầm và thất bại. Các vấn đề được giải quyết bằng sự khôn khéo, lém lỉnh thay vì trí tuệ thực sự khiến vấn đề chỉ được giải quyết một cách chắp vá, chỉ giải quyết được phần ngọn chứ không giải quyết được tận gốc. Vấn đề vẫn còn nguyên khiến chúng ta thêm đau đầu, và càng đưa chúng ta vào thế bế tắc.

Trong tập thể, số đông người Việt, sự thống trị thuộc về số đông người yếu tài kém đức. Trí thông minh của số đông này thường là ranh ma, khôn khéo hơn so với những người thông minh thực sự. Ở Việt Nam, những gì số đông cho là đúng, thì tức là điều đúng, và được lan truyền phổ cập ở mọi thành phần.

Người Việt nghĩ rằng ranh ma là thông minh. Tuy nhiên sự thật không phải như vậy. Thông minh là sự tiếp thu một cách có hệ thống những kiến thức, phương pháp để làm giàu cho bản thân và cho xã hội. Thông minh là có những sáng kiến độc đáo và mạnh dạn phát triển những sáng kiến đó để làm lợi cho xã hội. Thông minh là tiếp thu những ý tưởng của người khác nhưng biết sáng tạo để tạo ra những sản phẩm tốt hơn mang đặc trưng của riêng mình.

Ranh ma chỉ là học lỏm, bắt chước người khác và tạo ra những sản phẩm giống sản phẩm của người khác về bề ngoài nhưng chất lượng thì không bằng. Ranh ma là dùng những thủ đoạn, mánh lới để lừa gạt người khác, kiếm lợi bất chính. Do vậy người khôn vặt thường không có nhiều cơ hội trong cuộc đời vì họ thiếu tầm nhìn xa, hiểu biết rộng, tư duy dài hạn, tham vọng lớn cộng với tâm lý vững vàng để tự tạo ra cơ hội cho mình mà thường đợi cơ hội đến với mình.

TÁC HẠI 2 MẤT ĐI CHỮ TÍN TRONG LÀM ĂN VÀ MẤT ĐI TƯƠNG LAI TƯƠI SÁNG.

Ai cũng biết làm ăn theo lối không chính thống tạo ra rất nhiều mánh lới, mưu mẹo, do đó người đời thường không tin vào người làm ăn theo lối này. Người Việt đôi khi rất coi nhẹ chữ tín trong làm ăn.

Trong thời buổi bình thường, người giữ chữ tín có thể thành công chậm hơn nhưng lớn hơn và bền vững hơn người không giữ chữ tín. Trong thời điểm khủng hoảng, người giữ chữ tín luôn đứng vững trên thương trường, thậm chí còn ăn nên làm ra nếu nhạy bén, biết nhìn ra nhu cầu thị trường. Trong thời kì khủng hoảng, cơ hội kinh doanh sẽ ít dần đi, chỉ có các doanh nghiệp giữ được lòng tin khách hàng mới có cơ hội làm ăn. Một doanh nghiệp đứng vững trên thị trường thường là doanh nghiệp có sản phẩm kinh doanh chất lượng và luôn có uy tín.

Khi gặp khó khăn, một doanh nghiệp giữ được chữ tín luôn luôn biết cách vượt qua. Bằng chữ tín của mình, khách hàng sẽ luôn tin tưởng họ. Khách hàng sẽ luôn biết rằng, công ty sẽ không bao giờ phụ lòng mình.

Trong ba yếu tố thiên thời, địa lợi, nhân hòa thì yếu tố nhân hòa là rất quan trọng. Người thành công luôn biết chinh phục lòng người. Trong đó chữ tín luôn là yếu tố quan trọng trong việc chinh phục lòng người.

TÁC HẠI 3   KHÔNG AI GIÀU BA HỌ KHÔNG AI KHÓ BA ĐỜI.

Khi chúng ta chọn lối tư duy khôn vặt thì những thành tựu ta đạt được sẽ không quá lớn. Việc mất đi chữ tín còn làm cho các khách hàng và đối tác mất đi lòng tin vào người này. Sự nghiệp của họ chỉ tồn tại được trong thời gian ngắn. Do đó họ sẽ dần dần rơi vào cái bẫy không ai giàu ba họ, không ai khó ba đời.

LỜI THÚ NHẬN :

Kính thưa quý độc giả, tôi trước kia là người hay có thói quen bài bác, chê bai miệt thị những cái gì không giống mình. Tôi đã từng hùa theo bạn bè, bài bác lời dạy của cô giáo tôi. Tôi rất lém lỉnh giỏi bắt chước cách làm việc của người khác, tuy nhiên kết quả chẳng được bao nhiêu. Tôi lại không hề kiên trì bền chí trong làm việc dẫn tới một số thất bại. Khi thất bại tôi lại tìm những cách khôn vặt để kiếm chát thêm lợi nhuận. Trải qua bao nhiêu mồ hôi và nước mắt tôi đã nhận ra những điều chưa được của mình, giá như quý độc giả rút được kinh nghiệm từ tôi sau khi xem qua phần này.

III

9 LỜI KHUYÊN GIÚP ĐỔI MỚI TƯ DUY CHO NGƯỜI VIỆT

Đổi mới tư duy cũng *dễ lắm*. Sao bạn không thử xem qua một số ý kiến sau của tôi.

A MỖI NGƯỜI VIỆT CHÚNG TA CÓ NÊN BÀI BÁC, CHÊ BAI, MIỆT THỊ NHỮNG CÁI MỚI, TIẾN BỘ, NHỮNG GÌ KHÔNG GIỐNG MÌNH HAY KHÔNG.

Sao bạn không thử xem qua một câu chuyện ngụ ngôn.

Cáo là một loài động vật nổi tiếng tinh ranh trong rừng sâu. Một hôm cáo phát hiện ra một vườn nho mọng nước. Từng chùm nho chín, dưới ánh nắng mặt trời lại càng hấp dẫn. Cáo thèm nhỏ nước dãi, muốn hái một chùm nho để thưởng thức. Nhìn xung quanh không có ai, lòng ham muốn của nó lại càng nổi lên. Cáo quyết tâm hái cho được một chùm nho.

Cáo đâu có biết leo trèo, nó đứng thẳng người vươn tay hái nho. Nhưng giàn nho quá cao, thân hình nhỏ bé của nó không thể vươn đến chùm nho. Sau đó nó nhảy lên để hái nho nhưng những nỗ lực của nó đều vô ích.

Với sự tinh ranh của mình, cáo không thể bỏ cuộc, nó tìm một chùm nho thấp để hái. Sau một hồi vừa đi vừa quan sát nó đã tìm ra. Cáo nhảy lên nhưng không tới được chùm nho, nó cố nhảy lên một lần, hai lần, rồi ba lần nữa mà vẫn không hề có kết quả. Nó lượn qua, lượn lại thêm một lần nữa rồi phát hiện có một chùm còn thấp hơn chùm lúc nãy. Nó thích chí, tự đắc:

*- **Không việc gì có thể làm khó ta được. Ha ha.***
Cáo lùi lại, chạy đà rồi nhảy lên nhưng nó vẫn không hái được nho. Hi vọng baonhiêu,thất vọng tràn trề bấy nhiêu.

Cáo lúc này đã quá mệt mỏi, chán nản, nó thở dài rồi nói :
*- **Tại sao mình phải cứ cố ăn chùm nho này nhỉ ? Vỏ nó xanh thế chắc chắnlà chưa chín rồi. Có khi nó còn vừa chua vừa chát, không nuốt được, ăn khôngđược rồi phải nhổ ra. Sao mình cứ phải cố găng vì những thứ như thế.***

Thái độ kiêu căng của con cáo đối với chùm nho không phải vì nó có nhiều thức ănngon nên khinh miệt chùm nho mà vì nó không thể có được chùm nho.

Xét về một phương diện, nhiều con người Việt cũng gần giống nhân vật trong câu chuyện này. Một bộ phận lớn người Việt không có khả năng làm giàu về vật chất. Do đó họ liền khinh miệt trí tuệ uyên bác, chuẩn mực đạo đức, như một cách để khẳng định mình. Trí tuệ và đạo đức là những thứ có thể giúp người ta tiến bộ về vật chất và tinh thần. Trong sự **bất mãn** với cuộc sống họ hình thành thói quen ăn không được thì đạp cho hôi, không biết thì không cần. Tại sao bạn không hiểu được rằng sự bất mãn là sự cần thiết đầu tiên cho sự tiến bộ, đặc biệt là trong khoa học. Tại sao bạn không hình thành thói quen biến bất lợi thành lợi thế. Chúng ta có nên bảo thủ trong việc tiếp thu những cái mới, chỉ cảm thấy mình tụt hậu quá mới bắt đầu tiếp thu một cách chậm chạp hay không.

Trong một lần đi về nông thôn, một người bạn tôi thấy một bác nông dân chân lấm tay bùn. Bạn tôi đã đến gần hỏi thăm và hỏi rằng bác thu nhập được bao nhiêu mỗi tháng. Bác ta trả lời rằng : ít lắm cháu ạ. Sau đó bạn tôi có trình bày với bác công nghệ chăn nuôi bò của Nhật và cách trồng nông nghiệp của Nhật. Tuy nhiên tôi chỉ mới bắt đầu, bác ta đã trìa môi và nói : mấy cái thứ vớ vẩn này. Vậy là bạn tôi không nói được gì nhiều. Bác ấy cũng chẳng thèm nghe chứ đừng nói gì vận dụng và không bao giờ biết cách làm sao để tăng thu nhập.

Trong xã hội Việt, tư duy, cá tính của mỗi người thường theo hướng bản năng, bộc phát, không dựa trên sự nghiêm túc. Thêm vào đó là khả năng tư duy giảm sút như đã nói ở trên. Nguyên nhân có lẽ là do đời sống khó khăn, và lối sống cộng đồng khiến họ có cách suy nghĩ như vậy. Khi đó mỗi người Việt thường có thói quen **không biết cái gì thì bài bác, miệt thị cái đó.** Đây là biểu hiện của sự nông nổi, hồ đồ trong lối tư duy. Sự kiêu căng là khi người giỏi coi thường người chưa giỏi. Còn biểu hiện của người Việt là sự kiêu căng ngược. Người chưa giỏi miệt thị, coi thường người giỏi.

Sao bạn không thử xem qua ý kiến này của tôi. Có một câu danh ngôn nói rằng : thất học ở thế kỷ 21 sẽ không phải là người không thể đọc và viết, thay vì thế, là người không thể học hỏi, gạt bỏ, và học lại. Ở thế kỉ 21, xã hội đã trở nên văn minh, người ta ai cũng đi học, đặc biệt là ở Việt Nam. Khi đó, khái niệm thất học bây giờ không phải là không biết đọc, biết viết mà là không biết học hỏi, vận dụng kiến thức để cuộc sống tốt hơn. Nếu người Việt(giống như tôi chẳng hạn) cứ bài bác, chê bai những cái mới, những cái tiến bộ thì xã hội Việt sẽ khó phát triển. Tại sao bạn không sang tận các nước phát triển để học tiếp thu, học hỏi một cách bài bản đến nơi đến chốn, từ bản chất tổng thể cho đến nội dung chi tiết, thay vì học mót, học lỏm.

SAO BẠN KHÔNG HIỂU ĐƯỢC RẰNG MUỐN ĐẠT ĐƯỢC THÀNH TÍCH TỐT TA PHẢI VẬN DỤNG TRÍ TUỆ CHỨ KHÔNG NÊN CHỈ BIẾT ĐỘNG THỦ, LAM LŨ, BÁN MẶT CHO ĐẤT BÁN LƯNG CHO TRỜI.

Người chỉ biết động thủ trong làm ăn thường rất chịu khó nhưng thành tích thường không cao. Họ vất vả nhưng thành tích không cao dẫn đến chán chường, không hứng thú với lao động mà cuộc sống mưu sinh không cho phép người ta nghỉ ngơi, do đó họ làm việc một cách chừng mực, hưởng thụ ngay những thành quả đạt được và chuyện giàu sang thường là chuyện không tưởng.

Một bộ phận người làm ăn kém lại lao vào các canh bạc đỏ đen, cầu mong thần linh để tìm kiếm thêm hi vọng trong cuộc đời đầy tuyệt vọng, hoặc buôn gian bán lận để kiếm chát thêm chút đồng bạc lẻ. Tuy nhiên những cách này thường không đem lại kết quả tốt, do đó cuộc sống càng mệt mỏi, chán chường, buồn tủi hơn.

Tư duy độc lập + **Động thủ** → **Thành tích cao**

Sao bạn không sử dụng **trí tuệ** thực sự kết hợp với chăm chỉ làm việc. Chỉ khi ta sử dụng trí tuệ thực sự ta mới có thể tự tạo cơ hội cho mình còn sự khôn khéo chỉ giúp ta chớp thời cơ nhưng thời cơ đâu phải lúc nào cũng có để cho ta chớp. Sao bạn không mở rộng trí óc, năng động tiếp thu những cái mới, nâng cao năng suất lao động. Khi đó mọi vất vả cực nhọc của ta mới được đền đáp xứng đáng. Một ngư dân Việt Nam sau khi câu cá ngừ thường vội vã đưa ngay cá lên tàu và dùng chày gỗ đập vào đầu cá khiến cho cá vùng vẫy, sản sinh ra axit lactic khiến thịt cá không ngon. Một ngư dân Nhật Bản khi câu cá ngừ thì không vội vã đưa cá lên tàu để cho cá thích nghi với môi trường mới, rồi dùng dao thọc vào đầu cá cho cá chết nhanh, sau đó mới đưa cá lên tàu. Giá cá ngừ ở Nhật Bản đắt gấp 10 lần giá cá ở Việt Nam. Ở Nhật Bản, ngư dân Nhật chưa hẳn đã chăm chỉ hơn nhiều so với ngư dân Việt nhưng họ sử dụng trí tuệ thực sự còn người Việt chỉ sử dụng sự khôn khéo nên thu nhập của người Nhật cao hơn nhiều so với người Việt. Từ đó có thể thấy **nhận thức** và **trí tuệ** thực sự quan trọng hơn nhiều so với sự khôn khéo.

B   SAO MỖI NGƯỜI VIỆT CHÚNG TA KHÔNG LUYỆN LỐI TƯ DUY HỆ THỐNG.

Tư duy của tôi (của người Việt), tư duy chiến tranh, tư duy chiến tranh du kích,	Dân tộc khác, tư duy trong thời bình
Bất chấp mọi quy luật, miễn sao được việc	Hành động theo quy luật, chờ đợi kết quả sau cùng.
Có hành động chớp nhoáng, muốn có kết quả nhanh	Có những hành động dài hạn, chờ đợi kết quả to lớn

Nhiều doanh nghiệp Việt khi vươn tầm thế giới thường có tư duy "đi tắt đón đầu " . Đây là tư duy sai lầm. Chẳng có ai đi xa mà có thể đi tắt đón đầu được hết. Một người bình thường học xong 12 năm mới lên đại học. Một người khác có đi nhanh thì có thể trong một năm hoàn thành chương trình học của vài lớp, rồi sớm đi đến đại học. Tức là anh ta vẫn phải đi từ A đến Z nhưng đi nhanh hơn, chứ làm sao có ai không học 12 năm mà lên thẳng đại học.

Người Hàn đi sau người phương tây về khoa học quốc phòng. Họ mua vũ khí phương Tây về, mổ xẻ ra nghiên cứu để bắt chước y vậy. Họ tuy đi sau nhưng không hề đi tắt. Họ vẫn phải học từ đầu đến đuôi bằng cách này hoặc cách khác. Sau đó họ phát triển thêm thành nước mạnh về quốc phòng.

Muốn kết quả tốt, sao bạn không có tiến trình dẫn đến kết quả tốt, thay vì đi tắt để đi đến kết quả. Sao bạn không có một hệ thống từng bước, từng bước hiệu quả.

Người Việt vẫn đang hành động theo bản năng cộng thêm khả năng xét đoán biến mất, ý chí biến mất cho nên vẫn đang dùng lối tư duy chiến tranh du kích trong thời kì hòa bình. Trong lối đánh du kích, người ta hành động chớp nhoáng, có kết quả nhanh và rút lui nhanh. Trong làm ăn kinh tế cũng như trong nhiều lĩnh vực khác trong cuộc sống(giao thông, bóng đá…) mỗi con người Việt vẫn hành động theo bản năng, theo lối du kích, tức là đưa ra hành động chớp nhoáng, không cần tuân theo quy luật và muốn có kết quả nhanh thay vì đưa ra những hành động dài hạn, tuân theo quy luật và chờ đợi kết quả to lớn. Bên cạnh đó, do chịu ảnh hưởng của văn minh Trung Hoa, người Việt vẫn ưa dùng mưu kế trong việc giải quyết các vấn đề. Mưu kế chỉ thích hợp với chiến trường, không thích hợp với thương trường. Mưu kế của chiến trường càng không thể thích hợp với thương trường, nếu có thì cũng rất ít.

Sao bạn không thử xem qua ý kiến này : muốn có kết quả to lớn sao bạn không luyện lối tư duy hệ thống, luyện phương pháp làm việc bắt đầu từ căn bản đến nâng cao. Sao bạn không làm việc từ đầu tới đuôi, quan tâm đến mọi khía cạnh từ tổng thể cho đến nội dung nhỏ nhặt nhất. Sao bạn không thử xem qua ý kiến sau.

Sao bạn không nghĩ ra những hành động đột biến và hiệu quả thay vì nghiên cứu chiến lược quá nhiều. Những hành động đột biến và hiệu quả nối tiếp nhau tự nhiên trở thành chiến lược hiệu quả. Hành động hiệu quả thì xuất phát từ nhận thức đúng đắn, trình độ tư duy cao và tính cách đúng đắn.

Do đó để luyện tư duy hệ thống trong lĩnh vực làm ăn kinh tế cũng như các lĩnh vực khác không phải quân sự, sao bạn không khám phá ra những nhận thức đúng đắn, rèn luyện tư duy, tôi luyện tính cách. Rồi sau đó sao bạn không bắt đầu hành động, hành động nối tiếp hành động.

Mông Cổ dân số cũng không đông. Thành Cát Tư Hãn đã tổ chức sao cho các người lính của ông phát huy hết sở trường và các cá nhân được liên kết thành một mạng lưới trong đội hình sao cho tạo thành một tập thể bách chiến bách thắng. Đa số các người Mông Cổ đều biết cưỡi ngựa bắn cung ngay từ nhỏ, trong khi các quân đội khác trên thế giới đều dùng giáo để đánh. Trên chiến trường, mỗi người lính của Thành Cát Tư Hãn đều giữ khoảng cách an toàn trước kẻ thù, bắn tên vào kẻ thù nên họ luôn chủ động trước kẻ địch và luôn giành chiến thắng. Mỗi người lính của ông đều được trang bị bốn con ngựa và áo giáp bằng da rất nhẹ, làm tăng thêm tính cơ động cho cách đánh cưỡi ngựa bắn cung trong khi các quân đội khác, mỗi người lính chỉ được trang bị một con ngựa và áo giáp sắt.

Trong mỗi đội hình quân đội của ông, 9 người nghe theo lệnh một người tạo thành thập bộ, chín thập bộ nghe theo lệnh một thập bộ tạo thành bách bộ, chín bách bộ nghe theo lệnh một bách bộ tạo thành thiên bộ, chín thiên bộ nghe theo một thiên bộ tạo thành vạn bộ. Cách tổ chức này khiến mỗi cá nhân phối hợp nhịp nhàng trong một mạng lưới chặt chẽ. Các cấp bậc trong mạng lưới liên kết chặt chẽ với nhau. Các chỉ huy dùng cờ hiệu để chỉ huy trong khi các quân đội trên thế giới đa số dùng trống, chiêng để chỉ huy. Cách chỉ huy bằng cờ hiệu thường linh hoạt hơn cách chỉ huy bằng chiêng, trống, thích hợp khi điều khiển những kị binh nhanh nhẹn và có thể liên kết chặt chẽ các kị binh với nhau.

Quân của ông ta không đông như quân Trung Quốc, không hùng tráng như kị binh voi chiến Ấn Độ, mỗi kị binh không mạnh như kị binh châu Âu. Tuy nhiên cách tổ chức quân đội đã khiến ông ta chiến thắng tất cả.

Để có kết quả tốt, sao bạn không tổ chức một mạng lưới hoàn hảo để dẫn đến kết quả tốt. Trong mạng lưới sao các cá thể không được tạo điều kiện để phát huy tối đa sở trường của mình, và sao các cá thể trong mạng lưới không được liên kết chặt chẽ với nhau.

Nếu tôi là một bộ trưởng ở Việt Nam, tôi sẽ đưa các vấn đề của mình vào các môn học để các học sinh, sinh viên giải quyết, để mượn trí của học sinh và sẵn sàng thưởng cho những học sinh có sáng kiến hay. Bạn đừng nên nghĩ rằng giới trẻ còn trẻ tuổi thì không biết gì. Đây có thể là nguồn ý tưởng vô tận. Nếu ý tưởng không hay chúng ta có thể loại bỏ. Thế hệ trẻ sẽ cảm thấy mình quan trọng và được nhìn nhận, từ đó hình thành mong muốn cống hiến cho đất nước ngay từ nhỏ. Ai cũng biết đầu tư cho giới trẻ là đầu tư cho tương lai đất nước. Giới trẻ Nhật Bản từ nhỏ đã được dạy rằng đất nước của họ không có gì, là nơi duy nhất chịu thảm họa nguyên tử, do đó họ hình thành mong muốn cống hiến cho đất nước ngay từ nhỏ.

Trí thông minh của mỗi người Việt chưa thể bằng người Do Thái, ý chí chưa thể bằng người Nhật, sự trưởng thành chưa thể bằng người Trung Quốc. Nhưng ở các lĩnh vực, sao bạn không đầu tư vào lớp trẻ để khi lớn lên lớp trẻ sẽ giỏi trong lĩnh vực đó, sao bạn không tổ chức sao cho cả một thế hệ trẻ trở thành nguyên khí của đất nước. Khi lớn lên người Việt sẽ giỏi trong việc lèo lái con thuyền đất nước.
Biết cách mượn trí và lực của người khác mới là sự thông minh trên tất cả các sự thông minh khác.

* SAO BẠN KHÔNG THỬ XEM QUA MỘT CÂU CHUYỆN VUI CỦA VIỆT NAM NHƯ SAU :

Thầy đồ hay chữ, rủi phải bà vợ hư quá nên buộc phải dùng roi để dạy. Lúc đánh vợ ông nói:

- Sự bất đắc dĩ tôi mới đánh mình, chứ tôi cũng hiểu rằng: "Giáo đa thành oán".

Có anh nông dân nghe được cũng về bắt chước đánh vợ, vừa đánh vừa nói:

- Sự mất bát đĩa tao mới đánh mày, chứ tao cũng biết : gáo tra dài cán

Anh chàng trên quá sùng bái thầy đồ, nhìn vấn đề (thầy đồ đánh vợ) phiến diện, bắt chước một cách cẩu thả, và thể hiện sự học hỏi của mình một cách thái quá (đánh vợ chỉ vì lỗi nhỏ). Anh ta còn non nớt, chưa chín chắn nên nhẹ dạ. Tôi đã nói điều này ở chương 2, nhưng ở đây tôi muốn nhấn mạnh lại. Khi các bạn quá sùng bái cái gì các bạn sẽ đánh giá quá cao cái đó, dẫn đến có cái nhìn sai lệch về nó và nghĩ rằng mình không thể chinh phục được nó.

Kính thưa quý độc giả, tôi trước kia là một người rất dễ cả tin, thường tiếp thu bề nổi của sự vật, sự việc chứ ít khi tìm hiểu bản chất cơ bản của nó. Tôi thường sùng bái những sự vật, những cái lớn lao và để nó ảnh hưởng đến phán đoán của mình. Tôi thường thần tượng bề trên, người tôi cho là tài cao, và không hiểu được rằng việc thần tượng như vậy là không nên. Tôi lại còn hay hùa theo số đông, làm mất hết chính kiến của mình. Sao bạn không rút kinh nghiệm từ tôi sau khi đọc những dòng sau.

Đây là câu chuyện vui của Việt Nam, người Việt viết để tự giễu mình. Nó thể hiện sự học hỏi của người Việt trước các dân tộc khác. Người Việt quá sùng bái dân tộc khác, điều này hạn chế chính kiến riêng của chúng ta, khiến người Việt thường đi theo lối mòn của các dân tộc khác thay vì có chính kiến của riêng mình. Chúng ta nhìn vấn đề(giống như anh chàng trên nhìn thấy thầy đồ đánh vợ) một cách phiến diện, nhìn bề nổi, bắt chước một cách cẩu thả, và thể hiện sự học hỏi của mình một cách thái quá(đánh vợ chỉ vì lỗi nhỏ). Nguyên nhân là bởi chúng ta chưa chín chắn nên quá nhẹ dạ, dễ bị tác động, ảnh hưởng bởi các dân tộc khác.

	Tư duy của tôi (của người Việt) trước kia, tư duy trẻ con	Tư duy người lớn, người thông minh
Đối với thần tượng, người trên	Thường sùng bái thần tượng, sùng bái quyền uy	Không bao giờ thần tượng, sùng bái bất kì ai. Chỉ sùng bái bản thân mình.
Trước những thứ bề ngoài hùng tráng	Sùng bái, tin theo	Không để những thứ hùng tráng làm ảnh hưởng đến phán đoán của mình.
Trước sự vật	Dễ cả tin	Nhìn sự việc đó với ánh mắt khiêu khích, hoài nghi. Suy nghĩ để tìm câu trả lời
	Tiếp thu bề nổi của sự vật	Muốn biết nguyên nhân cơ bản
Đối với tập thể, cộng đồng	Mù quáng, hùa theo tập thể, cộng đồng, để những thiên kiến của tập thể, xã hội chi phối	Không ngần ngại rời xa xu hướng của tập thể, cộng đồng

Trong quá trình cải cách giáo dục Việt Nam, các nhà giáo dục đã áp dụng cuốn sách " tôi tài giỏi, bạn cũng thế ", tác giả Adam Khoo để cải cách sách. Tuy nhiên các nhà giáo dục đã quá sùng bái cuốn sách này nên không hề có chính kiến của riêng mình. Adam Khoo dạy chúng ta cách học sao cho tận dụng hai bán cầu não, nhưng đấy là phương pháp dành cho người học. Người học thì bị động trước sách giáo khoa, nên mới cần áp dụng chiến lược của Adam Khoo. Còn người dạy có thể tạo ra sách giáo khoa, chủ động hơn, đáng lý ra chúng ta phải sáng tạo cho khác đi chứ. Chúng ta không tạo ra cách dạy sao cho tận dụng hai bán cầu não. Tôi nói ví dụ về một bài toán :

Bài toán 1 : Tìm quy luật của dãy số và điền tiếp : 3, 6, 9, 12…….

Bài toán 2 : Một cửa hàng bán bánh mì có địa điểm gần công viên và khách ra vào rất đông.

Hằng ngày đều có tiếng chim hót khiến cho khách hàng rất thích nơi này. Lợi nhuận của một cửa hàng bánh mì trong từng tháng lần lượt là (tính theo trăm triệu) : 3,6,9,12….. Các bạn hãy dựa vào doanh số này, giúp chủ cửa hàng dự đoán tình hình doanh thu của cửa hàng những tháng tiếp theo.

Cốt lõi sách " tôi tài giỏi, bạn cũng thế " là tận dụng bán cầu não phải (giỏi tưởng tượng) để tăng hứng thú học tập. Bài toán thứ 2 kích thích sự tưởng tượng của học sinh. Ấy vậy mà các nhà giáo dục Việt Nam viết sách theo kiểu ra bài toán thứ 1 rồi pha thêm các dòng chữ, hình ảnh màu mè vào bài toán.

Sao chúng ta lại phải áp dụng một cách máy móc những gì Adam Khoo viết để tạo ra sách giáo khoa làm gì.

Khi chúng ta quá hâm mộ, sùng bái các dân tộc khác thì chúng ta dễ đi theo một cách mù quáng.

Nền văn minh phương Tây phát triển như ngày hôm nay là nhờ họ nhìn thế giới xung quanh với con mắt khiêu khích, hoài nghi và luôn tìm kiếm câu trả lời. Cách đây mấy nghìn năm, khi người Trung Quốc, Ấn Độ, Ba Tư tiến lên xã hội văn minh thì người phương Tây vẫn là dân mọi rợ. Chỉ cách đây mấy trăm năm, người phương Tây mới bắt đầu khai phá thế giới, nhìn thế giới xung quanh với con mắt khiêu khích, hoài nghi, suy nghĩ để tìm câu trả lời, nhờ vậy nền dân trí họ mới phát triển văn minh như ngày nay, nền khoa học của họ cũng phát triển như ngày nay.

Chúng ta học hỏi nước ngoài thế này thì sao giao lưu tốt với người nước ngoài được. Một nghiên cứu đã cho thấy nếu một quần thể không giao lưu tốt với thế giới bên ngoài, sẽ bị tách biệt với thế giới, lâu dần chẳng những không thể phát triển mà còn bị tụt hậu, thậm chí hậu quả lớn nhất là bị xóa sổ. Người Nữ Chân khi tiếp thu văn minh Trung Hoa, chẳng những không bị tụt hậu mà còn xâm lược nước Trung Hoa. Người Việt ta thì phải khó khăn lắm mới giữ được nước trước người Trung Hoa.

Chúng ta cũng mới tiếp thu bề nổi của văn minh Phương Tây chứ chưa tìm hiểu cái bản chất cơ bản. Chúng ta quá sùng bái, quá thần tượng những sản phẩm công nghệ hiện đại, và thậm chí để những thứ này làm ảnh hưởng đến tư duy, phán đoán của mình nhưng chưa tìm ra nguyên lý cơ bản để chinh phục chúng, sáng chế ra chúng.

> *Ở thế kỉ 21, xã hội đã trở nên văn minh, người ta ai cũng đi học (đặc biệt là ở Việt Nam). Do đó khái niệm thất học bây giờ không thể là không biết đọc, biết viết mà là không biết học hỏi, vận dụng và cải tiến để phát triển cuộc sống.*

* LÀM SAO ĐỂ HỌC HỎI NHỮNG BÍ MẬT CỦA CÁC NƯỚC KHÁC :

Schneide một người Mỹ sống vào thời nước Anh đang bùng nổ cách mạng công nghiệp. Anh ta muốn gầy dựng cho mình một cơ sở dệt may và đưa nền công nghiệp dệt may nước Mỹ lên cao. Nước Anh lúc bấy giờ đang lũng đoạn ngành dệt may thế giới. Do đó nhiều nước muốn biết kỹ thuật dệt may của Anh. Để bảo vệ ngành dệt may của mình, nước Anh cấm không được phổ biến kỹ thuật dệt ra nước ngoài. Tuy nhiên do chủ quan, một chủ xưởng dệt ở Anh đã cho Schneide vào tham quan. Anh đã bí mật vẽ sơ đồ xưởng máy và về nước gầy dựng xưởng dệt đầu tiên ở Mỹ. Schneide đã gầy dựng cơ nghiệp dệt, trở thành triệu phú và góp phần vào sự lớn mạnh của ngành dệt nước Mỹ.

Schneide không cần chiến lược, chỉ cần học hỏi từ người Anh để thay đổi nhận thức và trình độ tư duy của mình trong ngành công nghiệp dệt may. Sau khi thay đổi anh ta về nước và tự khắc có những hành động hiệu quả trong đầu. Nếu anh ta không thay đổi, những hành động của anh ta sẽ lòng vòng trong tư duy và tầm nhận thức vi hẹp và có thể sẽ dẫn đến bế tắc.

Không vào hang cọp sao bắt được cọp con ! Không dám làm, dám thử thì sao biết được bí quyết.

> *Ở đây tuy học một cách khôn khéo nhưng họ vẫn bắt đầu từ cái cơ bản, quan tâm từ bản chất tổng thể đến chi tiết nhỏ.*

Sau khi học hỏi được nguyên lý cơ bản, để vượt trội sao người Việt ta không trả một cái giá, đó là tính kỉ luật. Văn hóa Việt Nam là văn hóa dân chủ. Tuy nhiên, chúng ta vẫn cần tính kỉ luật. Kỉ luật ở đây là tự kỉ luật với chính mình, làm việc tận tâm đến nơi đến chốn chứ không qua loa, sơ sài. Chỉ có cách đó chúng ta mới có thể biến những cái nhỏ bé trong tay thành những cái lớn lao.

Tuy nhiên trong nhiều tình huống tính kỉ luật không quá cần thiết, cái ta cần vẫn là sự đột biến. Người ta sẽ kỉ luật khi được làm việc mình thích. Việc mình thích xuất phát từ sự đột biến của trí thông minh con người. Sao bạn không giảm bớt rụt rè, sẵn sàng đón nhận thử thách để phát huy khả năng của bản thân.

Sản phẩm thương nghiệp của mỗi con người Việt thường bình thường vừa rất giống các dân tộc khác nhưng chất lượng thì chưa bằng. Vì người Việt thường tư duy theo lối: tận dụng những gì sẵn có và chiến thắng thị trường trong làm ăn kinh tế. Trong khi trên thương trường, chúng ta chỉ có một đối thủ duy nhất, đó là chính mình, sao người ta không dùng lối tư duy : sáng tạo, phát triển những gì sẵn có và chiến thắng chính mình. Khi người ta kinh doanh chỉ vì tiền bạc và quyền lực, chứ không kinh doanh vì sự sáng tạo, thì người ta chỉ giỏi bắt chước các dân tộc khác chứ ít khi có sáng tạo của riêng mình. Khi đó người Việt thường đi theo lối mòn sẵn có thay vì cũng như mở ra hướng đi cho riêng mình.

Trong thời gian gần đây, có rất nhiều bộ phim điện ảnh của Việt Nam. Rất nhiều phim dã sử được trình chiếu nhưng những phim này có phong cách không khác gì phim Trung Quốc. Bên cạnh đó cũng có các phim hành động, kinh dị, phong cách làm phim của các phim này giống y hệt phim Mỹ và các quốc gia có nền điện ảnh tiên tiến. Chúng ta bắt chước bọn họ và còn trẻ con hơn bọn họ nên sản phẩm thu được chẳng những không khác biệt, nổi bật mà còn tệ hơn.

Sau khi học hỏi dân tộc khác, sao chúng ta không nhìn nhận vấn đề từ mặt mà dân tộc khác thường bỏ qua. Bạn có nên chịu sự trói buộc theo cách tư duy thông thường hay không. Cá nhân tôi nghĩ bạn sẽ trả lời là không vì như vậy con người ta sẽ không có những ý tưởng độc đáo. Để phát triển vấn đề theo hướng các dân tộc khác thường bỏ qua, sao bạn không tập trung vào điểm khác biệt của chúng ta so với các dân tộc khác.

Trong cuốn "trí tuệ do thái" có đoạn viết : " Người ta chẳng cần đi đâu xa để tìm kiếm những ý tưởng mới, chỉ cần cúi xuống, nhìn bên dưới những cái có sẵn và cố gắng cải tiến, nâng cấp nó hoặc sử dụng nó theo cách khác. Thế là đủ. " Ví như tôi chẳng hạn, đại bộ phận người Việt, đặc biệt là bạn trẻ Việt cũng có những phát minh của riêng mình nhưng có lẽ vì thiên về cảm tính nên cũng rụt rè như vậy, cộng thêm thiếu óc thực tế nên những phát minh đó chỉ nằm trên giấy. Có ý tưởng độc đáo mà không dám thực thi tức là tự mình khinh mình.

Mà vì sao người Việt chỉ giỏi bắt chước. Tôi muốn đưa một ví dụ : anh A xây một cái nhà. Anh B thấy nhà anh A đẹp muốn sao chép mẫu nhà y vậy để xây nhà cho mình. Tuy nhiên, cái tôi (lớn vừa đủ) của anh B không cho phép anh B bê nguyên si thiết kế của anh A về xây nhà mình vì anh B muốn khẳng định mình, không muốn người khác đánh giá là bắt chước. Do đó anh B sẽ dựa vào mẫu nhà của anh A, sáng tạo ra mẫu nhà của riêng mình. Nhưng lỡ anh B không sáng tạo ra thiết kế đẹp như anh A thì sao. Lòng tự trọng của anh B không cho phép anh thua kém anh A, nên anh B sẽ cố gắng nhiều hơn nữa để sáng tạo. Albert Einstein nói : không phải tôi thông minh, tôi chỉ ở lại với vấn đề lâu hơn mà thôi. Khi anh B suy nghĩ lâu, rồi cũng có lúc anh B có được thứ mình cần. Đọc chương 3 và 5, bạn sẽ thấy vì sao nguyên nhân vì sao người ta chỉ giỏi bắt chước.

E   NGƯỜI THÔNG MINH Ở VIỆT NAM, TRÍ TUỆ CHƯA THỰC DỤNG.

AI ĐÃ NGHIÊN CỨU KHOA HỌC MÀ KHÔNG ĐEM ÁP DỤNG VÀO THỰC TẾ THÌ CHẲNG KHÁC GÌ NGƯỜI TA ĐÀO MƯƠNG MÀ KHÔNG GIEO TRỒNG TRÊN CÁNH ĐỒNG, HOẶC GIEO TRỒNG MÀ KHÔNG THU HOẠCH

KHUYẾT DANH

Trong số những người Việt ở nước ngoài có một thiên tài. Ông ta là một trong số ít người châu Á và là người Việt Nam đầu tiên đạt giải toán học Fields. Tôi vô cùng khâm phục nhưng không sùng bái ông ta. Vì những gì ông ta nghiên cứu ra tuy là sản phẩm của một trí tuệ ưu việt nhưng chẳng đem lại một giá trị thực tế, một lợi ích thực tế nào cho cộng đồng cả. Người Việt có người đạt giải Fields (được xem như là Nobel toán học), đạt giải cao trong các kì thi Olympic nhưng chẳng ai có những phát minh thực dụng, đem lại lợi ích cho cộng đồng. Trí tuệ của người Việt chưa hề tạo ra những lợi ích mang tính thực tế, nếu có cũng chưa dám mạnh dạn đem ra cộng đồng.

Có một vị giáo sư thiên tài của Việt Nam, ông ta sáng chế ra sản phẩm có phần thực tế hơn : sản phẩm xe máy chạy bằng ga. Nhưng tôi tự hỏi tại sao sản phẩm này không được phổ biến trên thị trường. Hoặc là sản phẩm này không thực tế để đem ra thị trường. Nếu vậy thì giáo sư này chỉ hơn giáo sư đạt giải Fields toán học một chút mà thôi. Hoặc là sản phẩm này rất thực tế, rất phù hợp với thị trường nhưng giáo sư chỉ dừng lại ở việc nghiên cứu ra nó. Ở đây cũng

thể hiện tâm lý thiếu thực tế, phát minh ra sản phẩm để chứng tỏ bản thân chứ vì lợi ích cộng đồng. Ở đây mới chỉ vì mình chứ chưa quyết tâm vì cộng đồng.

Có rất nhiều người Việt thông minh nhưng đa số họ đều giống những người này. Họ tuy thông minh nhưng mới chỉ là hòn ngọc thô, mang trí tuệ chết, thiếu óc sáng tạo, không theo đuổi đến cùng sáng tạo của mình. Họ thiếu óc thực dụng, chỉ muốn thể hiện trí tuệ của mình chứ chưa vì lợi ích cộng đồng, đem lại giá trị thực tế, lợi ích thực tế cho cộng đồng.

Khi bạn nói một người Do Thái là thực dụng, thực chất bạn đang khen anh ta. Người thông minh mà còn có tính thực dụng thì người đó sẽ đem lại nhiều lợi ích cho cộng đồng còn nếu anh ta chỉ biết đến hư danh, thành tích, thực chất anh ta chỉ biết đến lợi ích của bản thân.

Người thông minh cũng giống như các vị vua, được nhiều người sùng bái và nắm được nhiều quyền lực đối với người xung quanh. Nhưng nếu không đem lại nhiều lợi ích cho người xung quanh thì chẳng khác gì hôn quân.

F   SAO NGƯỜI VIỆT TA KHÔNG LUYỆN ĐỨC TÍNH CHỦ ĐỘNG, TÌM TÒI, HỌC HỎI.

TRÊN THẾ GIỚI CÓ MỘT CƯỜNG QUỐC CÓ TÌNH CẢNH GIỐNG CHÚNG TA. ĐÓ LÀ ISRAEL. NGƯỜI ISRAEL BỊ BAO VÂY BỞI QUÂN THÙ, TRÊN THẾ GIỚI CHỈ CÓ MỘT BỘ PHẬN DÂN TỘC LÀ KHÔNG KÌ THỊ NGƯỜI DO THÁI.

Cách duy nhất để người Israel thoát khỏi vòng vây và giao lưu với thế giới nhờ vào những sáng kiến, sẵn sàng chấp nhận rủi ro và tốc độ. Người Do Thái phát huy tố chất này trong chiến trường lẫn trong thương trường. Vòng vây đối với người Việt lại nằm trong chính là tư duy, tính cách và văn hóa của mỗi con người Việt chứ không phải yếu tố bên ngoài. Việc giảm sút khả năng tư duy cộng thêm việc cá tính và sự nổi trội về trí tuệ của mỗi người Việt bị lu mờ trong cộng đồng, làng xã khiến mỗi người Việt ít khi dùng sáng kiến, ít khi sẵn sàng chấp nhận rủi ro và ít khi dùng tốc độ để thoát khỏi vòng vây làng xã, cộng đồng và giao lưu với thế giới. Sao người Việt chúng ta không đi theo người Do Thái, dùng sáng kiến, sẵn sàng chấp nhận rủi ro, và dùng tốc độ để thoát khỏi vòng vây.

Người Việt vốn rất giỏi học hỏi và thích nghi. Trong thời kì Bắc thuộc, người Việt chịu ảnh hưởng của tính cách người Hoa(gian xảo, mưu mẹo) nhưng chúng ta trẻ con hơn bọn họ nên sự gian xảo, mưu mẹo của người Việt là khôn vặt, tinh vặt. Người Việt vốn điềm đạm, và trẻ con nếu có gian xảo cũng chẳng làm gì được ai. Vậy nếu chúng ta học hỏi từ người Do Thái, (sáng kiến, sẵn sàng chấp nhận rủi ro và tốc độ) chúng ta có bằng được người Do Thái hay không.

Thực ra "có sáng kiến", "sẵn sàng chấp nhận rủi ro" và "tốc độ" vốn là một phần tính cách của người Việt. Nó đặc biệt phát huy hiệu quả khi người Việt có chiến tranh với các dân tộc lớn. Những tố chất này hình thành nên lối đánh du kích khiến bao nước lớn phải khiếp sợ. Tuy nhiên ở thời bình, vì lối sống cộng đồng, người Việt chưa phát huy những tố chất này, những tố chất có ý thức trên thương trường. Nếu tôi đi du học, tôi sẽ chọn đi du học ở Isarel để có thể tiếp xúc với người do thái, để học tư duy, tính cách của họ.

Dân tộc Việt Nam ai cũng là trẻ con, không ai là người lớn cả. Nhưng điều đó không có nghĩa là chúng ta không thể trở thành anh hùng. Có người còn muốn hướng người Việt đi theo tố chất của người Hàn và người Nhật là ý chí và kỉ luật. Nhưng chúng ta có nên học hỏi, bắt chước tính cách của bất kì ai hay không. Cá nhân tôi nghĩ bạn sẽ trả lời là không. Sao người Việt chúng ta không phát huy tố chất sẵn có trong chính người Việt.

Kĩ xảo tư duy Do Thái (tham vọng, ham hiểu biết, tích cực, trí tưởng tượng phong phú, bền bỉ) phù hợp hơn với tư duy cảm tính của người Việt. Kĩ xảo tư duy Do Thái khiến con người có thể tự do bay bổng, sáng tạo và thể hiện, cái này rất phù hợp với người Việt. Sao người Việt chúng ta không trở thành những nhà khoa học, những thương nhân làm việc vì đất nước như những anh hùng dân tộc (kiểu Do Thái).

Người Việt vốn thông minh, sáng dạ, khi tiếp xúc với nền công nghệ cao của Israel chắc chắn có nhiều hứng thú. Khi làm việc mình thích, người Việt chắc chắn hăng say và kỉ luật. Nó sẽ tạo ra sự đột biến trong trí tuệ của người Việt. Chúng ta chắc chắn sẽ bớt rụt rè hơn, sẵn sàng đón nhận thử thách để phát huy khả năng của bản thân.

ÔNG KIA BÀ NỌ ĐƯỢC, TẠI SAO TÔI KHÔNG ? SAINT AUGUSTIN

Người Việt vô cùng năng động đi du học để học hỏi sự phồn vinh của các nước phát triển. Họ thường học ở các nước xa xôi như Mỹ và châu Âu nhưng mới học bề nổi, tức là học tri thức và lấy bằng cấp chứ chưa học bản chất bên trong, tức là học kĩ xảo tư duy, khoa học công nghệ và phương pháp thành công của các dân tộc này để về Việt Nam gây dựng cơ đồ. Do đó nhiều người sau khi đi du học về thường là lừa thổ sách. Người Hàn có thể học hỏi người Nhật, sao người Việt chúng ta không thể năng động, đi du học và làm việc ở Israel, học hỏi kĩ xảo tư duy từ người Do Thái, trở thành các nhà khoa học, thương nhân thông minh và về nước gầy dựng cơ đồ.

G   MỖI NGƯỜI VIỆT CHÚNG TA CÓ NÊN KHÔNG CẦN VƯƠN ĐẾN SỰ HOÀN HẢO HAY KHÔNG.

Tư duy của tôi (của người Việt), tư duy chiến tranh, tư duy chiến tranh du kích,	Dân tộc khác, tư duy trong thời bình
Tận dụng những gì sẵn có và chiến thắng cuộc sống (đội bóng đá nam Việt Nam để thua trên khắp các mặt trận vì chúng ta dùng lối tư duy này)	Phát triển những gì sẵn có và chiến thắng chính mình

Trước kia công an Việt Nam bắt được một anh chàng sản xuất trái phép súng. Điều đáng nói là anh ta chỉ học mót phương pháp sản xuất súng mà lại sản xuất được những cây súng có trình độ rất cao. Một người có tài như vậy tại sao không xin phép nhà nước thành lập doanh nghiệp sản xuất vũ khí, làm thay đổi quốc gia, dân tộc này mà lại đi sản xuất súng chui, bán cho các tay xã hội đen. Nguyên nhân là vì tâm lý anh ta còn rụt rè, chưa tin tưởng nhiều vào khả năng của mình, để rồi không thể tạo cho mình được cơ hội chứng tỏ bản thân, khẳng định mình và làm giàu.

Nhiều bạn trẻ Việt cũng có những ý tưởng, sáng kiến cho riêng mình nhưng sao những phát minh này lại không vươn đến tầm cao. Nguyên nhân có lẽ vì tính cách người Việt còn trẻ con giống cung Song Tử nên thường "cả thèm chóng chán", do đó không vươn đến đích cuối cùng.

Như tôi đã nói ở chương 5, cái tôi khẳng định mình của người Việt chưa cao. Và như tôi đã nói ở chương 1, cảm giác về tinh thần trách nhiệm biến mất, cá tính vô thức lấn át suy nghĩ và cá tính có ý thức. Người Việt cho dù có thông minh, sáng tạo cái gì cũng ít khi nâng nó lên tầm cao.

Người Việt không phải là không thông minh. Nhưng vì rụt rè, không dám dấn thân, nên sự thông minh thường biến thành tinh vặt. Một phần nguyên nhân của sự rụt rè, có lẽ là do người ta thường nghĩ mình là trung tâm nên sợ sai, sợ thất bại. Chính vì rụt rè, chưa dám dấn thân vào cái mới nên người Việt chưa lột xác, chưa khẳng định được mình.

Người Do Thái dạy ta có hai yếu tố duy nhất đưa đến thành công là: thông minh và tốc độ. Khi có ý tưởng mỗi người Việt không tiến hành ngay, chính tốc độ sẽ xóa sạch mọi rào cản. Chính TỐC ĐỘ sẽ giúp người Việt chúng ta vượt qua sự rụt rè và những rào cản ban đầu và lột xác. Người thông minh thường hoài nghi, do dự khi làm một việc gì đấy. Sao bạn không dùng tốc độ để đưa mình vào tình thế nào đó. Một khi đã nằm trong tình thế đã rồi do chính mình đặt ra, bạn chỉ có một cách để thoát ra là đi đến đích cuối cùng.

Giống như câu chuyện ở chương 5, người thông minh giống như con báo, chỉ cần lao đến con mồi, người làm công ăn lương, giống như con sói sẽ giúp bạn. Khi có thành tựu, nhà đầu tư(giống như con sư tử) tự khắc sẽ tìm đến.

Như đã nói ở phần G, người Việt thường àm ăn theo kiểu manh mún nhỏ lẻ, ít khi vươn tơi tầm cao. Sự nghiệp của mỗi con người Việt có lúc thịnh lúc suy. Nó không phải là do ta không cố gắng mà là do hoàn cảnh thường thay đổi. Khi đó, lúc đang ở thời kì thịnh vượng, sao bạn không cố gắng vươn tới sự hoàn hảo hết mức có thể để chuẩn bị cho lúc suy.

Trong chiến tranh, không có chiến thắng nào là hoàn hảo, không có chiến thắng nào là không có hi sinh. Ta buộc phải chấp nhận sự không hoàn hảo đó. Trong làm ăn kinh tế, cũng không có thứ gì là quá hoàn hảo. Nhưng ta có nên chấp nhận sự không hoàn hảo đó hay không. Cá nhân tôi nghĩ bạn sẽ trả lời là không. Sao bạn không luôn vươn tới sự hoàn hảo của sự nghiệp trên thương trường. Trên thương trường nếu ta không vươn đến sự hoàn hảo của sự nghiệp, của sản phẩm, sự nghiệp, sản phẩm của chúng ta sẽ có chất và lượng vừa phải, không quá cao, sẽ bị thị trường lãng quên và sớm muộn gì cũng bị đối thủ vượt mặt. Khi đó ta sẽ phải luôn vật lộn với thị trường, với hoàn cảnh để tồn tại.

Trước kia, tôi có triết lý vừa đủ, vừa phải, làm nhiều, mệt nhiều mà không hề muốn vươn đến sự hoàn hảo trong làm ăn. Giống như tôi chẳng hạn, do trí tuệ và suy nghĩ theo kiểu trẻ con, cách làm việc luộm thuộm, dễ dãi theo kiểu trẻ con, cá tính thiên về bản năng, nên người Việt ta thường không thích vươn đến sự hoàn hảo của sự nghiệp, vươn đến sự hoàn thiện cuối cùng của sản phẩm. Mỗi con người Việt vẫn làm ăn kinh tế với tư duy chiến tranh, tư duy theo bản năng, nên thường chấp nhận sự không hoàn hảo của sản phẩm, của sự nghiệp. Sao bạn không

rút kinh nghiệm từ tôi khi đọc những dòng sau.

Trên thương trường, không có thất bại nào là chết người và cũng không có chiến thắng nào là cuối cùng. Bên cạnh đó, ở chiến trường, đối thủ của ta là kẻ thù còn trên thương trường, đối thủ của mỗi người Việt chúng ta là chính mình. Khi đó, trên chiến trường, ta phải chiến thắng kẻ thù còn trên thương trường mỗi người Việt chúng ta phải chiến thắng chính mình(những mưu kế dùng trên chiến trường không có tác dụng trên thương trường hoặc có tác dụng rất ít). Trên chiến trường, đối thủ của ta sẽ biến mất nhưng trên thương trường, đối thủ của ta luôn tồn tại. Khi đó, sao mỗi người Việt chúng ta không vươn đến sự hoàn hảo để luôn chiến thắng chính mình. Nếu trên thương trường, ta không còn muốn chiến thắng chính mình nữa, ta dễ bị đối thủ vượt mặt và dễ đi vào cái bẫy "không ai giàu ba họ, không ai khó ba đời. Đến lúc đó, ta chỉ có thể trách chính mình.

Khi đó, để đứng vững và tránh cái bẫy "không ai giàu ba họ, không ai khó ba đời" trong mọi lĩnh vực, sao người Việt ta không phải vươn tới sự hoàn hảo.

I   MỖI NGƯỜI VIỆT CHÚNG TA CÓ NÊN KHÔNG CẦN GIỮ CHỮ TÍN TRONG LÀM ĂN HAY KHÔNG.

Trên chiến trường, người ta thường bất chấp mọi quy luật miễn sao được việc, tư duy này vẫn được người Việt lại đem tư duy chiến tranh vào trong làm ăn kinh tế. Khi họ thông minh nhưng chưa dám vươn lên tầm cao, họ đành phải đi theo lối "lươn lẹo để sống", những quan niệm như "thật thà là cha đứa dại".

Khi người ta bất chấp mọi quy luật, quy chuẩn, người ta có thể làm nhiều việc gây phương hại đến lợi ích của cộng đồng nhưng người ta vẫn chấp nhận, vẫn làm. Trước kia, tôi từng mua máy tính cũ, rồi sửa sang lại và bán với giá của một máy tính mới. Người tiêu dùng không biết đó là máy tính cũ được sửa sang lại, ngỡ là máy tính mới. Nói như lời người bạn tôi đã nói với tôi: chỉ có những kẻ ngốc mới mê muội những cách kiếm tiền nhanh, chỉ những kẻ thất bại mới mê muội cách kiếm tiền chớp nhoáng. Sao người Việt chúng ta không rút kinh nghiệm từ tôi sau khi đọc những dòng sau.

Trên chiến trường, chữ tín không quan trọng, chiến thắng mới là tất cả, còn trên thương trường chữ tín là tối quan trọng. Tôi trước kia cũng không hề giữ chữ tín trong làm ăn, kết quả là không thể tồn tại lâu được. Sao bạn không rút kinh nghiệm từ tôi khi đọc những dòng sau.

Như đã nhấn mạnh trong chương này, người Việt vẫn làm ăn kinh tế với tư duy chiến tranh, tư duy theo bản năng. Trong xã hội Việt có người có quan niệm rằng: giàu có là phải dối trá, lươn lẹo họ mới giàu nổi. Đúng là trong xã hội có người giàu lên nhờ lươn lẹo. Nhưng sự giàu có của họ không bền vững. Họ có thể may mắn trúng được một mẻ nào đó. Nhưng may mắn đâu có đến với ai nhiều lần. Khi ta làm ăn không chính trực, đi đêm lắm rồi cũng có ngày gặp ma.

Việc không trọng chữ tín là điều tối kị trên thương trường. Nguyên nhân có lẽ là vì trí tuệ và cá tính vô thức của mỗi người Việt lấn át hoàn toàn, cảm giác về tinh thần trách nhiệm của mỗi người Việt biến mất. Vậy là lối tư duy "chữ tín không quan trọng, chiến thắng(cái nghèo) mới là tất cả" trong chiến tranh vẫn còn rất phổ biến trên thương trường ở Việt Nam. Cung cách làm ăn gian dối, những câu quảng cáo nói quá sự thật và câu châm ngôn: "nói vậy chứ không phải vậy" xuất hiện ở khắp mọi nơi trên Việt Nam. Để thay đổi dần sao bạn không phát huy tối đa tính sáng tạo và sáng kiến trong làm ăn. Có người có quan niệm, người ta lươn lẹo, mắc gì tôi phải chính trực để chịu thiệt thòi. Người đời càng lươn lẹo, ta càng chính trực, sự chính trực của ta mới có giá trị.

> *Để thay đổi dần điều này, sao bạn không phát huy tối đa sáng kiến và sáng tạo trong làm ăn.*

Đúng giờ giất là một điều quan trọng nữa trong làm ăn. Nó là phép lịch sự cơ bản nhất, khi ta để người khác chờ đợi, chính là đang lãng phí cuộc sống của họ.

Chương 7:
Ngỡ ngàng nguyên nhân người Việt chưa chinh phục được thế giới.

Share

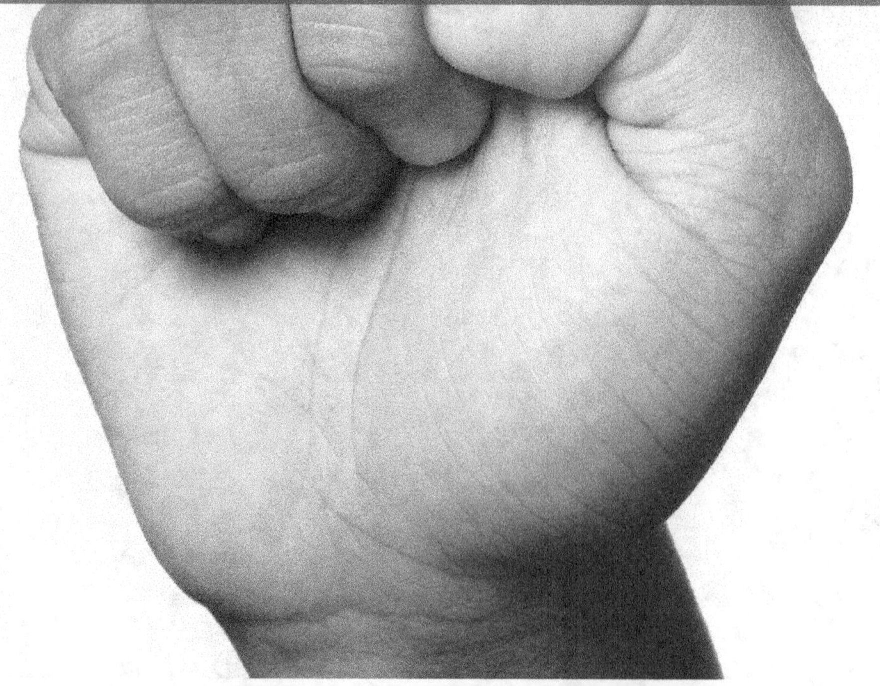

"SHARE"
LÀM ƠN CHIA SẺ SÁCH NÀY CHO 20 NGƯỜI…. THÔI ĐƯỢC RỒI! CHỈ CẦN 1 NGƯỜI LÀ TÁC GIẢ VUI RỒI. CẢM ƠN.

BÍ QUYẾT CHINH PHỤC MỤC TIÊU DÀNH CHO MỌI NGƯỜI VIỆT.

LỜI THÚ NHẬN:

Kính thưa quý độc giả, tôi đã từng có nhiều mục tiêu cho mình. Tôi đã từng đặt mục tiêu là sẽ là tỷ phú giàu nhất Việt Nam năm hai mốt tuổi, tôi đã từng đặt mục tiêu là người Việt Nam đạt vào top mười người giàu nhất thế giới. Tất cả những điều trên đều thể hiện sự trẻ con trong cách suy nghĩ của mình. Tôi đã quá ngây thơ, không biết mình, đặt mục tiêu viễn vông, không tính hết mọi khía cạnh từ trong lẫn ngoài. Tôi cũng đã quá nóng vội khi chinh phục mục tiêu để rồi chuốc lấy thất bại. Những điều này một thời làm cho tôi khổ sở và đau đớn. Giá như quý độc giả rút được kinh nghiệm từ tôi sau khi xem qua chương này.

KHI CHÚNG TA CHẤP NHẬN GIỚI HẠN CỦA MÌNH, CHÚNG TA ĐÃ VƯỢT QUA NÓ.

ALBERT EINSTEIN

Văn học Việt Nam thường mang tính đùa giỡn, thiếu tư tưởng, nhu nhược. Các tác phẩm văn học Việt Nam thường là những tác phẩm nhỏ, ngắn. Truyện dân gian Việt Nam như trạng Quỳnh, thường là những câu chuyện hay nhưng mang tính đùa giỡn. Tác phẩm này chỉ mô tả tính khôn vặt, ranh ma của con người chứ không có ý nghĩa gì lớn lao. Như trạng ăn Lê Như Hổ, lại ca ngợi một người học cao nhưng ham ăn, diễn tả sự nhu nhược của con người. Những tác phẩm văn học kiểu này thường thiếu tư tưởng lớn lao, mang những ý nghĩa tầm thường. Những tác phẩm lớn như truyện Kiều thường rất ít, đa số văn học Việt Nam đều không đạt được tới trình độ đỉnh cao. Tuy nhiên những thứ bình thường này được người đời tân bốc, ca ngợi hết lời, xem nó tượng trưng cho tài trí của dân tộc Việt Nam .

Kiến trúc người Việt ngày xưa cũng không có gì nổi bật. Nhà dân gian Việt Nam thường có khung tre, gỗ, tường tranh vách đất, lợp bằng tranh, rạ, lá dừa. Một số nhà có mái ngói, có tường bằng gạch. Cổng làng, công trình lớn thường được xây bằng gạch, gỗ đá ong.

Những công trình kiến trúc này đẹp. Người Việt còn có nhiều thứ đẹp khác nhưng là đẹp trong cách nói của chúng ta. Chúng ta thường tự đóng cửa, tự khen mình, tự ca ngợi những cái chưa đạt đến tầm tuyệt mỹ.
Chúng ta tự nhận mình là dân tộc là quốc gia duy nhất chiến thắng Mỹ. Tuy nhiên nền kinh tế thì thua xa những nước đã từng thua Mỹ.

Với vài dẫn chứng trên chúng ta có thể thấy trí tuệ của người Việt mới ở mức bình thường. Vấn đề là ở chỗ cách chúng ta tự đánh giá về mình là dân tộc có phẩm chất trí tuệ vượt trội. Việc tự lừa gạt bản thân như thế này chỉ có hại cho chính mình. Đôi khi nó còn tác hại hơn những lời lừa dối của người xung quanh mang lại.

Hành xử vẫn theo bản năng, bộc phát, không dựa trên sự nghiêm túc, suy nghĩ và hành động vẫn còn trẻ con. Ấy vậy mà người Việt vẫn luôn ảo tưởng về phẩm chất, trí tuệ và năng lực của mình và nghĩ mình là dân tộc có phẩm chất, trí tuệ vượt trội. Không ít người Việt khi chinh phục mục tiêu cá nhân cũng thường mắc bệnh vĩ cuồng khi nhìn nhận về bản thân.

Nguyên nhân theo như hai nhà tâm lý học Dunning và Kruger nói là người thiếu năng lực và có kĩ năng kém thường đưa ra những nhận thức sai lầm, những quyết định tồi nhưng cũng vì thiếu năng lực nên họ không nhận thức được về những sai lầm đó. Do đó người kĩ năng kém thường mang ảo tưởng tự tôn, đánh giá năng lực của họ trên mức trung bình, trên mức thực tế.

Nguyên nhân khác nữa là chúng ta thường quá ngây thơ, tự nói về mình như một dân tộc có phẩm chất trí tuệ vượt trội và quá đề cao những gì mình đang có để lấp liếm sự tự ti của mình. Người Nhật được dạy: "đất nước chúng ta không có gì", do đó người Nhật có ý chí, nghị lực kiên cường. Người Việt thì được dạy: "đất nước chúng ta có rừng vàng, biển bạc", nhưng người Việt vẫn nghèo trên mảnh đất vàng bạc này. Cách dạy này rõ ràng không khơi dậy ý chí của con người Việt. Đối với mỗi người, phàm sự vật, sự việc gì của dân tộc chúng ta đều khen hay, trái lại đây là một kiểu thái độ vô trách nhiệm.

Người ta nghĩ rằng việc tân
bốc bản thân, đề cao những gì
mình đang có như vậy, sẽ làm
cho chúng ta bớt tự ti nhưng
trên thực tế nó thường phản tác
dụng. Nó làm chúng ta sống
trong sự tự tôn giả tạo, làm suy
giảm khả năng hành động. Nó
cũng làm suy giảm lòng tự trọng
dân tộc. Tự lừa dối chính bản
thân mình dễ dàng hơn nhiều so
với làm điều gì đó để cải thiện
thực trạng.

Những điều trên làm cho người
Việt ta không nhận ra mình là
ai, do đó ta có thể đi sai hướng.
Như vậy cuộc sống của ta sẽ
càng buồn tủi, khổ sở, đau đớn
hơn.

Chúng ta có nên mang tâm lý ảo tưởng vĩ cuồng khi đánh giá về phẩm chất, trí tuệ của mình hay không. Chúng ta là một dân tộc có trí tuệ nhưng trình độ nhận thức vẫn còn quá trẻ con so với các dân tộc khác và tâm lý khi ra trường quốc tế cũng còn chưa vững vàng. Chúng ta đánh thắng những nước lớn nhưng nhìn chung là dân tộc nhút nhát, bị động.

Chúng ta có ý chí, nghị lực không hề cao đối với những mục tiêu dài hạn, mà thường tìm cách nhanh nhất để đến đích(đây là điều chúng ta thường ảo tưởng, và thường nghĩ mình có nghị lực rất cao). Chúng ta rất thụ động, thiếu tinh thần khai phá, tìm tòi, học hỏi. Chúng ta ham học nhưng không phải vì đam mê tri thức mà vì sĩ diện và để mưu sinh. Chúng ta chăm chỉ làm việc nhưng thường thỏa mãn sớm và quá nặng tính hưởng thụ. Chúng ta làm việc thiếu chuyên nghiệp, thiếu kết dính từng cá nhân trong tập thể. Khi làm việc tập thể chúng ta thường cười giỡn, thiếu tinh thần trách nhiệm.

Chính cái nhìn phiến diện của chúng ta khi nhìn nhận về phẩm chất, năng lực thực sự của chính mình và thái độ thái quá khiến chúng ta mang tâm lý ảo tưởng VĨ CUỒNG khi đánh giá về mình. Điều này hình thành nên bệnh ảo tưởng. Bên cạnh đó những hành động nhẹ dạ, tự ca ngợi mình càng khiến chúng ta thêm ảo tưởng.

Thái độ thái quá đối với mục tiêu, đối với địa vị khiến chúng ta mắc chứng cuồng địa vị. Cái nhìn phiến diện đối với thành công, địa vị khiến người ta muốn đạt được thành tích trong thời gian ngắn. Những hành động nhẹ dạ như: cầu cạnh, đi tắt không mang lại hiệu quả nào cả.

> ## HẠNH PHÚC KHÔNG CÓ NGHĨA LÀ MỌI VIỆC ĐỀU HOÀN HẢO. NÓ CÓ NGHĨA LÀ BẠN ĐÃ QUYẾT ĐỊNH NHÌN XA HƠN SỰ KHÔNG HOÀN HẢO.
>
> ### KHUYẾT DANH

Nhận thức được về sở trường, sở đoản của mình chính là điều tối quan trọng để thành công. Nếu ta đánh giá chính xác được bản thân, đồng thời phát huy được sở trường, hạn chế sở đoản của mình thì chúng ta sẽ đạt được thành công. Nếu chúng ta ảo tưởng về bản thân, đánh giá quá cao bản thân, khi đó chúng ta đặt mục tiêu quá cao, như vậy sẽ không có bất cứ thành công nào. Khi chúng ta không đánh giá đúng bản thân, chúng ta có thể chọn những đường đi, cách đi không phù hợp, như vậy sẽ dẫn đến thất bại nặng nề. Vấn đề nằm ở chỗ, giống như một người không thể nhìn thấy khuôn mặt của anh ta, con người ta khó có thể cảm nhận chính xác sở trường của bản thân mình.

Để có thể cảm nhận được sở trường của mình sao con người Việt chúng ta không chứng tỏ giá trị của mình. Để làm được điều này, sao bạn không làm theo lời Albert Einstain: "sao chúng ta không phấn đấu để trở thành người có ích thay vì phấn đấu để trở thành người thành công". Albert Einstain từ nhỏ là kẻ ngu ngốc, tự ti. Ông ta không hề biết được khả năng và giá trị của bản thân mình nằm ở chỗ nào. Cách duy nhất để ông ta tìm ra đó là phấn đấu để trở thành người có ích. Khi đó ông ta mới cảm nhận chính xác giá trị và sở trường của mình. Khi phấn đấu trở thành người có ích thì tư duy mới thanh thoát, con người ông ta mới không nặng nề, tài năng phát triển một cách tự nhiên. Còn nếu phấn đấu trở thành người thành công, con người ta sẽ chịu nhiều áp lực do chính bản thân mình tạo ra.

Sau chiến tranh thế giới thứ II, người Mỹ viện trợ lương thực cho người Nhật, trong đó có bánh hamburger, nhưng loại bánh này không hợp khẩu vị người Nhật. Một người Nhật vì vậy đã sáng chế ra món mì tôm, để hợp hơn với khẩu vị người Nhật. Ở đây ông ta đã nghĩ cho đồng bào, sáng tạo ra mì tôm. Người Việt chưa làm được như người Nhật đâu. Nhiều đại gia Việt Nam nghĩ rằng bản chất của thành công là tiền bạc và quyền lực và họ thường để tư duy bó hẹp trong tiền bạc và quyền lực. Những công ty vừa, nhỏ ở Việt Nam thường để tư duy bó hẹp vào lợi nhuận. Khi làm việc thiện, người có tư duy nhỏ thường để tư duy bó hẹp vào việc tích công đức. Tư duy của người làm ăn lớn ở Nhật Bản thông thoáng hơn nhiều. Họ chăm lo cho đồng bào của mình. Bản thân tôi cũng đang nhận ra sai lầm và đang làm hết sức vì đồng bào.

Người ta thường thành công khi hành động theo sở trường của mình. Nhiều người đặt mục tiêu vì tham vọng chủ quan. Khi đó, sở trường chưa chắc bộc lộ, thêm vào đó tham vọng luôn thôi thúc, con người rất dễ hình thành đức tính gian. Tính gian, cộng thêm tham vọng thôi thúc, người ta rất dễ trở thành người gian tham và chỉ thu được lợi lộc nhỏ.

> *Tôi nhận ra trong nền kinh tế thị trường, muốn làm nên chuyện, tôi cần nghĩ theo cách của Albert Einstain. Khi sống vì người khác và không quá hiếu thắng, sở trường sẽ phát huy, chúng ta có thể ung dung, không hoảng loạn trên thương trường sóng gió. Con người ta thường nói đa số tiền bạc của xã hội nằm trong tay người giàu có chiếm thiểu số trong xã hội, do đó muốn kiếm tiền nên kiếm tiền từ người giàu có. Vì chỉ có người giàu mới có nhu cầu này, nhu cầu nọ còn người nghèo cơm không đủ ăn, áo không đủ mặc, lấy đâu ra nhu cầu này, kia. Còn nếu tôi muốn kiếm tiền từ người khá giả hoặc nghèo chiếm đa số, nên hình thành mong muốn tạo lợi ích họ hơn là hình thành mong muốn kiếm tiền từ họ. Vì nếu tôi hình thành mong muốn kiếm tiền từ người khá giả hoặc nghèo, chắc chắn tôi sẽ kiếm được rất ít tiền.*

Tuy nhiên vẫn có một cách khác để kiếm tiền từ người bình dân, khá giả. Người bình dân, khá giả thường hâm mộ xã hội thượng lưu và muốn tiếp cận xã hội ấy. Họ thường bắt chước phong cách của người trong xã hội thượng lưu, do đó sẵn sàng nhịn ăn để mua Iphone, nhịn tiêu để mua xe máy. Do đó vẫn có cách thứ hai kiếm tiền từ tầng lớp bình dân là bán những sản phẩm xa xỉ cho tầng lớp thượng lưu để tầng lớp bình dân bắt chước và mua những sản phẩm đó. Đây là cách làm của doanh nhân những nước phát triển.

Tuy nhiên người Việt chúng ta có nên làm như họ hay không. Cá nhân tôi nghĩ câu trả lời là tuỳ khả năng của bạn. Và tôi nghĩ bạn đã biết chắc chắn vì sao câu trả lời là không(vì trí tuệ của chúng ta đâu có bằng họ). Vậy người Việt ta nên chọn cách nào trong hai cách trên để làm giàu. Theo ý kiến cá nhân tôi, sao bạn không chọn phương án thứ nhất vì nó phù hợp hơn với chúng ta. Tuy nhiên có một trở ngại là tư duy của người Việt thường quá bó hẹp, ví như tôi chẳng hạn, người Việt thường rất yếu trong việc giúp đỡ cộng đồng.

Ông trời thường cho mỗi người một lợi thế bẩm sinh nào đó. Tuy nhiên ông trời không cung cấp bữa ăn miễn phí cho ai. Ta đã nhận lợi thế từ ông trời thì sao không chia sẻ lợi ích xuất phát từ lợi thế đó cho cộng đồng. Nếu không chẳng những không khẳng định được vị trí của mình trong xã hội mà còn mang ảo tưởng tự ti, đầy hoài nghi và do dự (hiệu ứng Dunning và Kruger).

Trong cuộc sống có một nghịch lý là: tôi không thể trông chờ sự giúp đỡ từ người đã từng được tôi giúp đỡ. Kinh nghiệm cuộc sống dạy tôi rằng: khi gặp hoạn nạn, ta chỉ có thể tìm sự giúp đỡ từ người đã từng giúp ta trong quá khứ chứ không thể từ người đã từng được ta giúp trong quá khứ. Do đó nếu ta giúp người khác, giúp

cộng đồng, ta có nên mong được đáp trả hay không. Cá nhân tôi nghĩ bạn sẽ trả lời là không. Sao bạn không giúp một cách vô tư, với tinh thần trách nhiệm cao.

Người Việt vẫn mắc chứng mê công (hư) danh, cuồng địa vị khi đặt mục tiêu.

Trong một cuộc đua xe ngựa đường dài. Các người đua phải đến đích cách vạch xuất phát 5 dặm trong vòng năm ngày. Người đua thứ nhất háo hức, đặt mục tiêu sẽ đi được năm dặm trong vòng năm ngày. Sau khi đặt mục tiêu, anh ta tính toán, nếu muốn đến đích thì xe ngựa của anh ta cần ba con ngựa, sau đó anh ta nhìn lại thực lực của mình chỉ có một con ngựa. Anh ta đã được ban tổ chức gợi ý rằng nên làm một điều gì đó để thay đổi trọng lượng xe nhưng với sự độc đoán, bảo thủ và không khoan dung với những sự thay đổi cũng như thái độ thái quá muốn nhanh đến đích, anh ta bỏ ngoài tai những lời nói trên. Tuy nhiên anh ta vẫn nhẹ dạ và bị tác động bởi thành tích nên cố thuyết phục mình: cố gắng là được, biết đâu mình đạt được kì tích. Vậy là anh ta chạy ngày đêm, được ba ngày, ngựa của anh ta chết vì kiệt sức. Chứng cuồng địa vị để ra oai với thiên hạ đã dẫn đến thất bại của anh ta..

Do chịu ảnh hưởng của tư tưởng phong kiến, muốn có công danh để rạng danh mình và dòng họ, tôi khi đặt mục tiêu thường bị thói "mê công danh" và thói "cuồng địa vị" che mắt. Cái gì tôi cũng muốn hơn người khác mà không biết sức lực của mình có hạn. Cái tính này người ta gọi là bệnh "vĩ cuồng". Do tôi vì cái danh mà nhiều trường hợp làm hỏng cái thực. Vì tôi muốn che đậy "mặc cảm" và sự "yếu bóng vía" của mình trước những việc lớn, những con người lớn nên muốn có danh bên ngoài để che đậy sự trống rỗng bên trong. Tôi muốn ra "oai" với thiên hạ, bị thói "hiếu danh" che mắt và để thái độ thái quá muốn đi nhanh đến đích làm cho mờ mắt. Tôi nhận thấy rằng người Việt cũng mắc chứng mê hư danh, cuồng địa vị như tôi.

Giá như bạn rút được kinh nghiệm từ tôi, không ít người Việt, từ cá nhân đến tập thể đều giống như tôi, thường nằm mơ giữa ban ngày, lý tưởng hóa sự đời nên khi chinh phục mục tiêu cá nhân thường mắc chứng mê công danh, cuồng địa vị vì hám danh, vì để muốn ra oai với thiên hạ.

Sau giải phóng một vị lãnh đạo Việt Nam đã từng nói: Việt Nam sẽ đuổi kịp Nhật Bản trong vòng 10-15 năm tới. Đây là một câu tuyên ngôn và cũng là mục tiêu của Việt Nam ngày trước. Việt Nam thắng trong chiến tranh nhưng chưa thắng trong làm ăn kinh tế, còn Nhật Bản không thắng trong chiến tranh nhưng thắng trong thời bình. Nguyên nhân là sự khác nhau lối suy nghĩ làm việc của hai nước. Việt Nam thường tư duy theo lối manh mún, không thích đi thẳng còn Nhật Bản thì thích đi thẳng dựa trên ý chí và kỉ luật của con người Nhật.

Trong chiến tranh, lối tư duy Việt Nam có hiệu quả hơn, lối tư duy không thích đi thẳng, bất chấp quy luật miễn sao được việc đã tạo ra một lối chiến tranh du kích làm cho các nước lớn như Pháp, Mỹ phải khiếp sợ. Còn lối đi thẳng, trực diện của Nhật Bản làm cho họ tuy mạnh nhưng cách đánh không biến ảo.

Trong thời bình, lối tư duy manh mún, thích đi nhanh, bất chấp quy luật miễn sao được việc của Việt Nam thường phản tác dụng, vì trong lĩnh vực kinh tế, ta không thể thành công theo kiểu manh mún. Còn Nhật Bản lại rất thành công trong kinh tế vì lối tư duy thẳng, dựa trên ý chí tạo ra những thành công kinh tế bền vững. Giống như nhân vật trong câu chuyện trên, người Việt ta đã nằm mơ giữa ban ngày, quá lý tưởng hóa sự đời và mắc bệnh "mê công danh, cuồng địa vị" để ra oai với thiên hạ khi đặt ra mục tiêu này. Và cũng giống như người đua thứ nhất trong câu chuyện trên, người Việt ta phải mất nhiều năm mới trở thành nước phát triển.

Kẻ ngu mê hư danh, kẻ trí trọng thực tài.

Năm 1995 khi chúng ta đạt huy chương bạc Sea Game liên đoàn bóng đá Việt Nam còn đặt mục tiêu là tham dự World Cup. Chúng ta đã nằm mơ giữa ban ngày, mang tâm lý quá vĩ cuồng khi đặt mục tiêu này. Và cũng giống như nhân vật ở câu chuyện trên, 13 năm sau chúng ta mới chính thức đạt ngôi vương Đông Nam Á còn việc tham dự World Cup thì còn lâu. Bây giờ LĐBĐ Việt Nam lại đi cầu cạnh LĐBĐ Nhật. Với hành động nhẹ dạ này kết quả dĩ nhiên chẳng thấm vào đâu. Có một điều đáng nói là LĐBĐ Việt Nam đã học hỏi mô hình bóng đá Nhật nhưng không hề muốn thay đổi mô hình bóng đá Việt. Họ thường rất độc đoán, bảo thủ và không khoan dung trước sự thay đổi.

Giống như tôi chẳng hạn, mỗi con người Việt có nét gì đó và rất giống cậu học trò trong câu chuyện này. Ý chí , tinh thần trách nhiệm là những suy nghĩ có ý thức, còn tư duy manh mún, chộp giật, hành động nông nổi là hành động thiên về vô thức nhiều hơn. Trong người Việt, suy nghĩ và cá tính có ý thức biến mất nhường chỗ cho suy nghĩ và cá tính vô thức khiến con người ta có ý chí, tinh thần trách nhiệm không cao.

Sự nông nổi khiến họ có thái độ thái quá đối thành công, thành tích, địa vị dẫn đến chứng mê công (hư) danh, cuồng địa vị. Bên cạnh đó, khả năng xét đoán biến mất, khiến người ta có cái nhìn phiến diện, cẩu thả đối với thành công, thành tích từ đó chỉ chú tâm vào mục tiêu mà không chuyên tâm vào quá trình hành động. Ý chí biến mất khiến người ta có những hành

động nhẹ dạ như: cầu cạnh, đi tắt đón đầu và không mang lại hiệu quả. Chứng mê công danh, cuồng địa vị, cộng thêm việc không chuyên tâm vào quá trình hành động và những hành động nhẹ dạ hình thành nên tính Gian Tham.

Bên cạnh thói quen xấu là "đi tắt đón đầu", người Việt còn có thêm thói quen "cầu cạnh" người nước ngoài. Giải vô địch quốc gia Việt Nam, từ khi có cầu thủ ngoại đến này, các câu lạc bộ rất phụ thuộc cầu thủ ngoại. Dẫu biết cầu thủ trẻ mới là nòng cốt của bóng đá nhưng ý chí của người Việt vẫn chưa thể làm gì để cải thiện tình hình.

RẤT DỄ ĐỂ CÓ TẤT CẢ NHỮNG GÌ MÌNH MUỐN, MIỄN LÀ ĐẦU TIÊN BẠN PHẢI HỌC CÁCH SỐNG MÀ KHÔNG CÓ NHỮNG GÌ MÌNH KHÔNG THỂ ĐẠT ĐƯỢC.

ELBERT HUBBARD

Tôi xin kể tiếp câu chuyện trên. Người thứ hai không vội vã bắt đầu cuộc đua. Anh ta tính toán nếu muốn về đích trong năm ngày thì phải có ba con ngựa. Vậy để đến đích bằng một con ngựa thì lại mất mười lăm ngày.

Anh ta không quan tâm đến điều này, anh ta không thái quá, muốn đi nhanh đến mục tiêu mà quyết định dùng ngày đầu tiên để tìm đến chợ, đổi chiếc xe bằng sắt của anh ta lấy chiếc xe bằng gỗ nhẹ hơn, rẻ tiền hơn và lấy một ít tiền. Khi xe đã thoát khỏi sự trì trệ anh ta suy tính xe có thể về đích được trong vòng mười ba ngày. Đến cuối ngày anh ta dùng số tiền kiếm được thuê một con ngựa. Khi có con ngựa thứ hai, xe ngựa của anh ta sẽ về đích trong vòng bảy ngày. Vậy là anh ta quyết định xuất phát. Anh ta về đích trong vòng tám ngày, cộng thêm một ngày bán đồ đạc nữa là mất hết chín ngày. Tuy nhiên anh ta vẫn nhận được phần thưởng vì người kia đã bỏ cuộc.

Thời gian đạt được kết quả có thể không được như trong thâm tâm mong muốn nhưng dù sao anh ta vẫn về đích, hoàn thành luôn tốt hơn hoàn hảo. Kết quả thu được có thể không hoàn toàn như mong đợi nhưng dù sao anh ta vẫn nhận được phần thưởng, biết đủ sẽ thành công. Anh ta dùng số tiền kiếm được mua con ngựa thứ hai và tiếp tục các cuộc đua khác.

VỚI CÁCH LÀM VIỆC THẾ NÀY THÌ TA KHÓ CÓ THỂ ĐẠT ĐƯỢC THÀNH TÍCH.

Làm việc		Có được thành tích Có được địa vị		Được người xung quanh tôn trọng

SAO NGƯỜI VIỆT CHÚNG TA KHÔNG ĐỀ CAO LÒNG TỰ TRỌNG VÀ DANH DỰ ĐỂ VƯỢT QUA NHỮNG ĐIỀU TRÊN.

Niềm tin mãnh liệt
Danh dự
Tự trọng

Chứng tỏ giá trị bản thân

Làm việc

Hai yếu tố danh dự và tự trọng thì con người ta có thể hình thành nhưng yếu tố niềm tin mãnh liệt thì chỉ hình thành khi con người ta có một số trải nghiệm nhất định, có một số thành công nhất định trước đó. Để trang bị cho mình niềm tin mãnh liệt, sao chúng ta không bắt đầu từ những việc nhỏ nhất có thể làm.

III — GIẢI MÃ VÌ SAO GIÁO DỤC VIỆT NAM CHƯA HIỆU QUẢ

Fukuzawa cho rằng nền giáo dục Nho học truyền thống chính là sự cản trở lớn nhất của nền văn minh: Nó vừa cổ hủ vừa chậm phát triển, hàng nghìn năm vẫn không thay đổi, chỉ coi trọng hình thức bên ngoài giả tạo mà coi thường chân lý và nguyên tắc. Nho học không khuyến khích phát triển tư duy sáng tạo và tư duy độc lập.

Fukuzawa cho rằng nho giáo chính là cản trở cho sự phát triển của châu Á. Muốn thoát khỏi nho giáo, đầu tiên phải đổi mới giáo dục.

Giống như chiến lược mua bán chứng khoán của Warrant Buffet, người ta chỉ thành công khi mua bán chứng khoán khi nhận ra bản chất của chứng khoán. Vì sao người Việt cải cách mãi mà giáo dục Việt vẫn không đi lên. Vì người Việt Nam chưa biết được bản chất của giáo dục hiện đại.

SAO BẠN KHÔNG THỬ XEM QUA MỘT SỐ Ý KIẾN SAU:

A VỀ NHẬN THỨC:

Giống như việc chúng ta mua lúa mỳ nhưng chế biến theo kiểu nấu cơm nên sản phẩm chẳng ăn được. Người Việt Nam học chương trình học của phương Tây mà bản chất của nền giáo dục Việt Nam vẫn là Nho giáo, cách học cách dạy của người Việt Nam lại là của Nho giáo nên sản phẩm của nền giáo dục Việt Nam (học sinh Việt Nam) học hành vất vả nhưng chả làm được gì.

Nho giáo được truyền vào Việt Nam mấy trăm năm trước. Người Việt Nam thụ hưởng nền giáo dục nho giáo mấy trăm năm nay. Nho giáo khác với các tôn giáo khác, không có chùa chiền, đền thờ; nơi duy nhất truyền bá giáo lý nho giáo là trường học. Trường học là nơi truyền thụ kiến thức và giáo lý nho giáo. Ngày nay chỉ có kiến thức nho giáo được thay bằng kiến thức phương Tây, còn bản chất của nền giáo dục Việt Nam (thầy đọc trò ghi, học thuộc lòng quá nhiều, trò học để đi thi, ép học trò phải học) vẫn LÀ NHO GIÁO, giáo lý nho giáo vẫn được truyền bá như trước.

Khi thụ hưởng nền giáo dục mang nội dung phương Tây nhưng vẫn mang bản chất nho giáo, học sinh Việt Nam tuy học các môn khoa học của phương Tây nhưng vẫn *tu thân, hòa hợp với đất trời, trở về bản ngã bổn thiện* trong khi bản chất của các môn khoa học này là khám phá quy luật, hiện tượng của tự nhiên, chinh phục thế giới xung quanh. Khi thụ hưởng nền giáo dục mang nội dung phương Tây nhưng vẫn mang bản chất nho giáo, học sinh Việt Nam coi trọng thành tích bên ngoài, giả tạo. Sau khi ra trường, học sinh Việt Nam vẫn mưu cầu việc tiến thân, công danh, địa vị ở các công ty, ở trong xã hội *(giống như ngày xưa người ta muốn được làm quan, có địa vị trong triều đình)* chứ chưa có khả năng tư duy độc lập sáng tạo, dung kiến thức khoa học để phát triển xã hội.

Những ý tưởng sau đây có thể chưa khả thi. Nó không khả thi không phải vì những ý tưởng này thiếu hiệu quả mà vì sức ỳ của người Việt Nam quá lớn, bảo thủ, không khoan dung trước những cái mới. Họ chỉ đi trên lối mòn do cha ông vạch sẵn, mà không dám có **những hành động táo bạo mang tính chiến lược**. Những ý tưởng sau được viết để hướng học sinh Việt Nam thoát khỏi óc hư danh, thành tích (đặc trưng của lối giáo dục Nho giáo) mà hướng đến óc thay đổi, thực dụng (đặc trưng của lối giáo dục phương Tây). Giống như tôi ngày trước, người Việt Nam thường có sáng kiến, có óc sáng tạo nhưng bảo thủ, thiếu ý chí để thực hiện sự thay đổi. Tôi hi vọng người Việt Nam thực hiện theo ý kiến của tôi.

	Giáo dục phương Tây	Giáo dục Nho giáo
Mục đích của giáo dục	Truyền cảm hứng cho sự thay đổi. Giúp trẻ khám phá khả năng của mình. Khuyến khích sự phát triển toàn diện	Nhồi sọ kiến thức. Áp đặt tri thức. chỉ tập trung vào kết quả học tập
	Dạy trẻ cách học	Bảo trẻ phải làm gì
Mục đích của học sinh	Học để thay đổi, học để chiến thắng chính mình	Học để đi thi, học để đạt được thành tích, công danh
Chương trình học	Chương trình học sát thực tế	Chương trình học rất nặng, xa rời thực tế, nặng về giáo lý, giáo điều (Đây là lý do vì sao chương trình học Việt Nam xa rời thực tế, nặng về lý thuyết.

SAO BẠN KHÔNG THỬ XEM QUA VÍ DỤ:

Trong ba yếu tố trên yếu tố "trồng lúa" là quan trọng nhất. Nếu ai cũng muốn ăn cơm mà không muốn trồng lúa thì lấy gạo đâu để chúng ta nấu thành cơm. Tương tự như vậy, sao bạn không thử xem qua quan điểm sau:

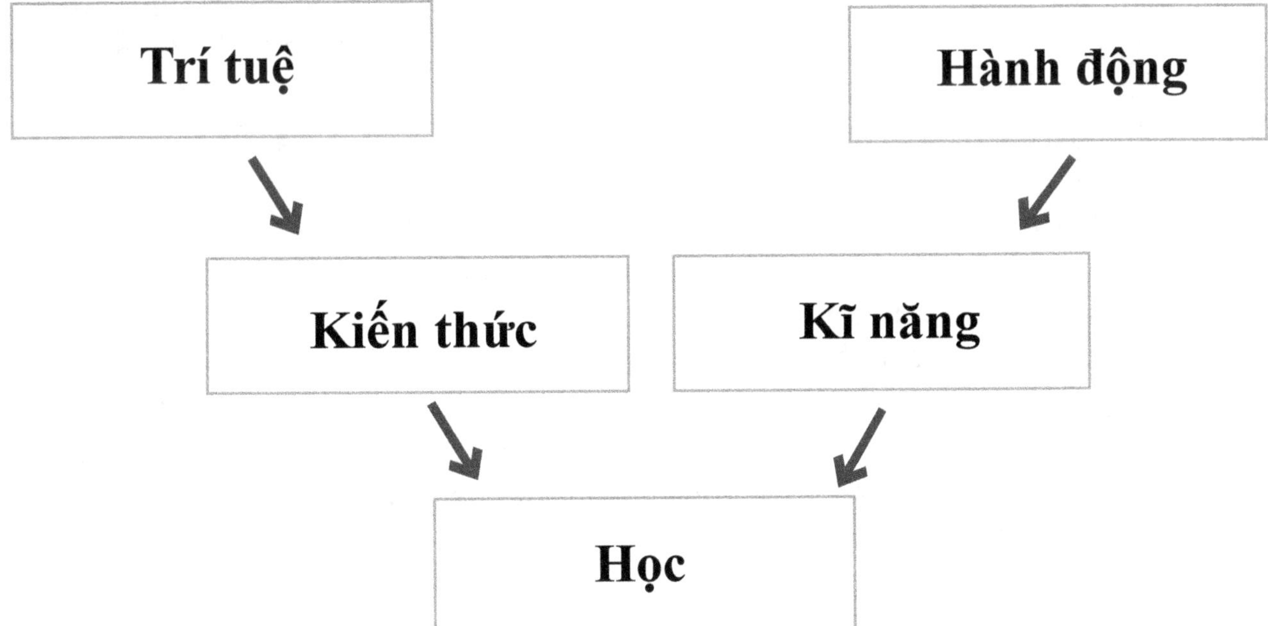

Kiến thức chỉ có được qua tư duy của con người. (A. Einstein). Còn kiến thức bị nhồi nhét theo kiểu của nho giáo chỉ khiến con người ta thành lừa thồ sách. Vì sao người Do Thái thông minh. Vì họ đặt nặng trí tuệ hơn là tri thức. Còn người Việt Nam xem trọng tri thức hơn trí tuệ nên trở thành lừa thồ sách.

Người ta học kiến thức và kĩ năng. Mà kiến thức và kĩ năng từ **trí tuệ và hành động mà ra. Vậy yếu tố quan trọng nhất là trí tuệ và hành động chứ không phải kiến thức và kĩ năng, càng không phải việc học.** Chính hai yếu tố này(trí tuệ, hành động) là gốc của mọi thành công. Nếu ai cũng trọng việc học mà không trọng trí tuệ, hành động thì lấy ai sáng tạo kiến thức để chúng ta học.

Đại tướng Võ Nguyên Giáp không qua trường lớp quân sự nào đã từng thắng các vị tướng được đào tạo của Pháp. Những bậc cao nhân như Ainstain, Bill Gate,… đều coi trọng trí tuệ và hành động trong khi hầu hết chúng ta coi trọng việc học. Do đó họ làm trở thành người giàu, nhà khoa học còn chúng ta ta thì loay hoay với tấm bằng đại học. Lối giáo dục Nho giáo khiến người Việt chỉ trọng việc học mà không trọng trí tuệ và hành động nên Việt Nam có rất nhiều bằng tiến sĩ, bằng đại học nhưng chỉ là bằng giấy.

Người Việt Nam vì không trọng **trí tuệ và hành động** nên ít khi tạo ra kiến thức khoa học cho riêng mình. Kiến thức khoa học của người Việt Nam đa số đều học từ các nước phương Tây. Và cũng chính vì kiến thức khoa học đến từ các dân tộc phương Tây nên người Việt Nam tiếp thu một cách thụ động, học thuộc lòng. Một bộ phận học sinh, sinh viên tuy uyên thâm kiến thức nhưng vì không trọng trí tuệ và hành động nên chưa biết vận dụng kiến thức vào cuộc sống như thế nào. Sau khi ra trường nhiều sinh viên giỏi được trường giữ lại dạy, vậy đó cách hay nhất để sinh viên vận dụng kiến thức sau khi tốt nghiệp là dạy nó lại cho thế hệ sau(bằng cách trở thành giảng viên).

Trẻ em Việt Nam ngay từ nhỏ đáng lý ra phải được khuyến khích phát huy tối đa trí tuệ và hành động thật nhiều(sáng chế, phát mình chẳng hạn). Tuy nhiên mỗi phụ huynh lại bắt chúng học bảng chữ cái, toán, bị nhồi nhét kiến thức và bị nhồi nhét tư tưởng trọng điểm số, trọng thành tích ngay từ nhỏ.

Do bản chất của nền giáo dục Việt Nam là Nho giáo, mỗi con người Việt Nam vẫn xem việc học là tất cả, là gốc của mọi thành công. Sao người Việt Nam không thay đổi nhận thức rằng việc học không phải là tất cả, việc học không phải là gốc của mọi thành công mà trí tuệ và hành động(làm giàu, sáng chế, nghiên cứu…) mới là tất cả, mới là gốc của mọi thành công.

Trong cuốn "bí quyết tay trắng thành triệu phú", Adam Khoo đã nói nếu người chơi chứng khoán không hiểu rõ bản chất của chứng khoán thì sẽ gặp hết thất bại này đến thất bại khác. Đối với giáo dục cũng vậy, nếu chúng ta không hiểu rõ bản chất của giáo dục hiện đại(trí tuệ và hành động làm trọng), mà vẫn học theo lối giáo dục kiểu nho giáo ngày xưa, chắc chắn chúng ta sẽ không tạo ra kết quả đột biến. Giáo dục là để phát triển xã hội. Khi cái bản chất nho giáo của giáo dục Việt Nam chưa được thay đổi thì có cải cách giáo dục bao nhiêu cũng không có tác dụng. Khi đó học sinh sau khi ra trường vẫn mãi là lừa thồ sách.

Nho giáo dạy người ta sau khi có được thành tích là phải khiêm tốn, giấu tài nhưng mời bạn nghe câu nói của V. Butulescu:

Người phương Tây sau khi thành công, họ thường viết sách về cuộc đời, trải nghiệm, phương pháp của họ để dạy người khác chứ không giấu giếm. Donald trump, Obama, Bill Gate, Bill Clinton đều làm như vậy. Học tập là học được nhiều nguồn chứ không phải chỉ học trong trường lớp.

Việc học chính quy giúp bạn kiếm sống. Tự học giúp cho bạn giàu có (Jim Rohn). Vì sao người Việt hiếu học nhưng vẫn nghèo. Có 2 nguyên nhân. Thứ nhất, nền giáo dục Việt Nam còn tệ và chưa tạo ra những nhân lực giỏi. Thứ hai, người Việt tuy hiếu học nhưng đó là học trên trường lớp, và chưa có tinh thần tự học. Nền giáo dục Việt Nam muốn phát triển, thì phải phát triển khả năng tự học của học sinh ngay từ nhỏ.

B   XÉT VỀ TƯ DUY GIÁO DỤC:

Như đã nói ở trên bản chất giáo dục Việt Nam vẫn là nho giáo, giáo dục Việt Nam vẫn lấy việc học và tri thức và bằng cấp làm trọng trong khi bản chất của giáo dục hiện đại là lấy trí tuệ và hành động làm trọng. Vậy sao bạn không thay đổi giáo dục theo hướng phát triển trí tuệ thay vì phát triển tri thức cho học sinh. Giáo viên Việt Nam thường khuyến khích học sinh giơ tay phát biểu nhưng điều này chỉ làm tăng kiến thức của học sinh. Vậy sao giáo viên không khuyến khích học sinh giơ tay đặt câu hỏi. Điều này mới nâng cao tư duy của học sinh, rèn tư duy phản biện của học sinh.

Trong Nho giáo, người ta trọng người thầy hơn là học trò, với tinh thần tôn sư trọng đạo. Trong giáo dục phương Tây, người ta trọng học trò hơn thầy giáo, thầy giáo chỉ là huấn luyện viên cho học trò mà thôi. Chúng ta học chương trình học phương Tây thì phải theo lối giáo dục phương Tây, trọng người học trò.

	Giáo dục phương Tây	Giáo dục Nho giáo
	Giúp trẻ phát triển khả năng phản biện	Ngăn cấm phản kháng người có quyền
Yêu cầu học sinh	Khuyến khích trẻ đưa ra quan điểm riêng	Chỉ cho phép trả lời trong khuôn phép
	Dạy trẻ đưa ra quyết định	Buộc trẻ đi theo kế hoạch có sẵn
Học sinh cảm thấy	Mình được xem là quan trọng, được nhìn nhận	Mình bị ép vào khuôn vàng thước ngọc. Cảm thấy mình bị động, không được nhìn nhận

Đứa trẻ nào cũng có nhu cầu **cảm thấy mình quan trọng và được nhìn nhận**. Vậy sao bạn không xem chúng là quan trọng và nhìn nhận chúng. Vấn đề ở đây là chúng chưa có những ưu điểm, những thành tựu nào đáng để được người lớn xem là quan trọng và nhìn nhận. Vậy phải làm sao đây. Sao bạn không dùng nghệ thuật "đắc nhân tâm" để khơi dậy những tiềm năng của chúng thay vì dùng điểm số để tạo áp lực.

Sao bạn không đưa những vấn đề của xã hội vào các môn học và nhờ học sinh giải quyết. Sao các nhà giáo dục chúng ta không thoát dần tư chất thầy đồ và biết cách đắc nhân tâm. Điều này đòi hỏi con người ta phải bỏ qua tính kiêu ngạo và biết vì đất nước. Tôi muốn đưa lại ví dụ về bài toán ở chương 6:

Bài toán 1 : Tìm quy luật của dãy số và điền tiếp : 3,6,9, 12…….

Bài toán 2 : Một của hàng bán bánh mì có địa điểm gần công viên và khách ra vào rất đông. Hằng ngày đều có tiếng chim hót khiến cho khách hàng rất thích nơi này. Lợi nhuận của một cửa hàng bánh mì trong từng tháng lần lượt là (tính theo trăm triệu) : 3,6,9,12….. Các bạn hãy dựa vào doanh số này, giúp chủ cửa hàng dự đoán tình hình doanh thu của cửa hàng những tháng tiếp theo.

Trong bài toán này, chúng ta lấy ví dụ ở một vấn đề trong cuộc sống và nhờ học sinh giải quyết. Học sinh sẽ thấy mình được nhìn nhận.

Những gì tôi viết sau đây áp dụng phần ba, trong sách Đắc Nhân Tâm, *"cách dẫn dụ người khác nghĩ theo cách bạn muốn"*. Nhưng tôi nâng tầm nó lên thành *"cách chúng ta có thể dẫn dắt học sinh tư duy theo hướng chúng ta muốn dẫn dắt"*. Tư duy là một hình thức cao hơn của suy nghĩ. Tôi cũng áp dụng nguyên lý "tận dụng hai bán cầu não" trong "cuốn con cái chúng ta đều giỏi" trong chiến lược này.

Cuốn sách "tôi tài giỏi bạn cũng thế" đã tạo ra cuộc cách mạng trong giáo dục Việt Nam. Các nhà giáo dục Việt Nam đã vô cùng cố gắng và tràn đầy tâm huyết khi dựa vào cuốn sách này để cải cách giáo dục. Adam Khoo trong cuốn "tôi tài giỏi, bạn cũng thế" chỉ cho chúng ta cách tận dụng hai bán cầu não hiệu quả dành cho người học. Nhưng đấy là phương pháp tận dụng hai bán cầu não **dành cho người học,** người học bị động hoàn toàn nên mới phải áp dụng những cách như vậy. Tôi lấy làm lạ là các nhà giáo dục Việt Nam lại áp dụng những điều viết trong sách này để viết sách dạy cho học sinh. Người dạy nắm thế chủ động, sao không tạo ra phương pháp dạy sao cho tận dụng hai bán cầu não.

TÔI LẤY MỘT VÍ DỤ KHÁC VỀ TOÁN:

Bài 1: tìm một số biết số đó có bốn chữ số, hai số đầu giống nhau, hai số cuối giống nhau, số này là bình phương của một con số.

Bài 2: trong một vụ cướp tiệm vàng, bọn cướp đã cướp mười triệu dolar. Sau khi tẩu thoát, ba nhân chứng chứng kiến cảnh tẩu thoát nhưng không ai nhớ trọn vẹn biển số xe của bọn cướp. Người thứ nhất khai rằng: biển số có bốn chữ số. Người thứ hai quả quyết: hai số đầu giống nhau, và hai số cuối cũng giống nhau. Người thứ ba là một chuyên gia toán học khẳng định rằng : số đó là bình phương của một con số. Mời bạn giúp cơ quan điều tra tìm ra thủ phạm.

Bài toán thứ hai tương tự như bài toán thứ nhất nhưng bài toán thứ hai là một câu chuyện sống động, tận dụng cả hai bán cầu não. Học sinh vừa giải bài toán vừa tưởng tượng ra hình ảnh có trong đề toán. Khi giải bài toán thứ hai, học sinh cảm thấy mình quan trọng vì có thể giúp các nhà điều tra tìm ra thủ phạm và sẽ cố gắng tìm ra đáp án để được nhìn nhận.

Tại sao bạn không đưa những vấn đề của cuộc sống vào bài toán và nhờ học sinh giải quyết, sao bạn không biến các đề toán thành những câu chuyện sống động. Trong toán hình, sao bạn không biến các đề toán thành những đoạn văn miêu tả những sự vật sống động, sát cuộc sống. Điều này vừa tận dụng não phải vừa giúp học sinh học cách giải quyết các vấn đề trong cuộc sống. Khi ra trường chúng sẽ không biến thành lừa thồ sách. Ở lớp nhỏ sao bạn không đưa các vấn đề sẽ mang tính vui tươi, càng lên lớp lớn, chúng ta có thể đưa những vấn đề lớn hơn, thời sự hơn cho học sinh giải quyết. Có như vậy học sinh mới biết cách giải quyết các vấn đề của cuộc sống và không trở thành lừa thồ sách.

Để dạy môn sử, tại sao các giáo viên không biến tiết dạy sử trở thành tiết **kể chuyện** lịch sử sinh động để kích thích trí tưởng tượng của học sinh.

Đối với môn sinh, đối với học sinh cấp một, sao các giáo viên không cho học sinh xem video và hình ảnh để kích thích trí tưởng tượng và ghi nhớ bằng hình ảnh. Cách này hiệu quả như thế nào sao bạn không thử xem qua phần ba, chương mười một (sách đắc nhân tâm), kích thích thị giác, óc tượng tượng của người. Cách này dẫn dắt học sinh tư duy theo hướng chúng ta muốn dẫn dắt.

Đối với môn văn, sao bạn không đưa ra những đề văn sát với thực tế và xin ý kiến của học sinh về vấn đề đó. Sao bạn không xem học sinh là quan trọng và để học sinh viết thỏa thích. Chúng ta cũng không nên chấm điểm văn cũng như không dùng điểm văn để đánh giá học lực. Cách này hiệu quả như thế nào, mời bạn thử xem qua phần ba, chương sáu, chương bảy, sách "đắc nhân tâm". Muốn người ta nghĩ theo hướng của mình, cứ để họ xả hết ý trong đầu họ ra. Muốn người khác nghĩ theo ý mình, để họ tin rằng họ hành động theo sáng kiến của họ. Vậy muốn học sinh tư duy theo hướng bạn muốn dẫn dắt, sao bạn không để học sinh viết hết những ý trong đầu họ ra và để học sinh tin rằng họ hành động hoàn toàn theo sáng kiến của họ.

Có như vậy, học sinh mới bắt đầu nhìn nhận các vấn đề trong xã hội bằng con mắt của riêng mình và cảm thấy được người lớn xem là quan trọng và nhìn nhận. Nếu bạn sợ rằng học sinh sẽ viết lung tung, sao bạn không thử xem qua chương bảy, phần bốn, "vị trí kỷ giả dụng". Khi bạn đánh giá cao học sinh, xem họ như chính khách để xin ý kiến, học sinh sẽ cố gắng hết khả năng với tất cả lòng tự trọng của mình. Sao bạn không áp dụng phần ba, chương chín, sách "đắc nhân tâm", tỏ ra có thiện cảm với những ý tưởng, ước vọng của họ. Sao bạn không tỏ ra thiện cảm với những gì học sinh viết trong bài văn. Những bài văn học sinh cố ý viết lung tung sẽ bị dán lên bảng thông báo ở sân trường để toàn trường biết. Sự xấu hổ sẽ kích thích học sinh viết đàng hoàng hơn.

Có nên dùng điểm để gây áp lực hay không. Bạn nên biết bán cầu não phải của học sinh chỉ hoạt động tốt trong môi trường tự do, thoải mái, không áp lực. Giả sử học sinh học khó tiếp thu, sao bạn không khuyến khích, động viên, thay vì tạo áp lực. Sự khuyến khích, động viên thường sẽ kích thích khả năng tuyệt vời của bán cầu não phải. Cách làm này hiệu quả thế nào, sao bạn không thử xem qua chương sáu, chương bảy, chương tám, phần bốn sách "đắc nhân tâm". Nếu không dùng điểm để gây áp lực thì phải làm sao để bắt học sinh học, sao bạn không thử xem ý kiến ở phần C và D.

C ĐỐI VỚI HÀNH ĐỘNG CỦA HỌC SINH

Đứa trẻ nào cũng có nhu cầu được **độc lập** và **khẳng đ▢n mình** . Vậy tại sao bạn không để chúng độc lập và khẳng định mình. Vấn đề ở đây là khi bạn để chúng độc lập, sự non nớt của chúng dễ dẫn chúng đi theo hướng chưa đúng. Vậy làm sao để giải quyết. Sao bạn không dùng nghệ thuật "đắc nhân tâm" để định hướng chúng.

Thay vì dùng điểm để gây áp lực bắt học sinh phải làm bài tập, học bài cũ, sao ta không tác động vào nhu cầu độc lập và khẳng định mình của học sinh để yêu cầu học sinh tự giác học. Khi giò bài cũ, nếu học sinh nào không thuộc bài sẽ đứng ở đầu lớp cả tiết học và đeo trước ngực bảng" không thuộc bài", nếu thuộc một phần sẽ đứng ở cuối lớp. Chúng ta không cần phải lấy điểm thấp khi giò bài để gây áp lực. thực ra cái này mới chỉ là ý tưởng, có thể chúng ta cũng cần lấy điểm một chút, ví dụ điểm 1 cho ai không học bài, còn những ai học một phần thì có thể áp dụng cách trên

	Giáo dục phương Tây	Giáo dục Nho giáo
	Dạy kĩ năng cứng và mềm	Nặng về học thuộc lòng. Dạy kĩ năng cứng (thứ dễ dạy)
Yêu cầu học sinh	Năng động và khẳng định mình	Kiên trì, khiêm tốn
Tu thân, hoà hợp với đất trời, trở về bản ngã bổn thiện	Tư duy chiến thắng chính mình	Tu thân, hoà hợp với đất trời, trở về bản ngã bổn thiện
Biểu hiện của tư duy chiến lược	Tư duy dài hạn nên học sinh có thể thành công trong xã hội	Tư duy chiến thắng các kì thi, chiến thắng cuộc sống
	Tư duy dài hạn nên học sinh có thể thành công trong xã hội	Tư duy nhất thời nên học sinh Việt Nam chỉ thành công trong việc học chứ chưa thành công lâu dài trong xã hội

Trước tiên sao học sinh Việt Nam không thoát dần tư chất của một nho sinh: tu thân, hòa hợp với đất trời, trở về bản ngã bổn thiện.

Mục đích của môn vật lý, hóa học, ngoại ngữ là hành động. Đối với các môn này, sao bạn không lấy hành động(sáng tạo, sáng chế) làm thước đo trình độ học sinh chứ thay cho điểm số. Trong môn Anh văn, sao bạn không dùng hành động nghe, nói để đánh giá học sinh thay cho bài kiểm tra. Đối với lý thuyết chúng ta có nên dò bài miệng hay không. Cá nhân tôi nghĩ câu trả lời không. Cái này chỉ gây áp lực lên học sinh mà thôi. Sao bạn không có một bài kiểm tra bằng giấy nho nhỏ để kiểm tra từ vựng và ngữ pháp của học sinh. Điểm của bài này sẽ được dán dưới lớp để **khích tướng** học sinh. Đối với hành động nghe, chúng ta có nên dùng điểm để đánh giá học sinh hay không. Cá nhân tôi nghĩ câu trả lời không. Cái này chỉ gây áp lực lên học sinh mà thôi. Sao bạn không lấy công tâm nhận những tấn tới dù là nhỏ nhất của học sinh, khuyến khích học sinh trong kĩ năng nghe.

Đối với hành động nói, sao bạn không cho học sinh bắt cặp với nhau và nói. Trong tiết học nói, nếu học sinh nào nói chuyện riêng, không tập trung vào luyện, sao bạn không áp dụng phần D để yêu cầu học sinh luyện nói. Nếu có một kì kiểm tra năng lực tiếng Anh, chúng ta nên kiểm tra môn nói vì nói là sản phẩm cuối cùng của môn tiếng Anh. Các môn kia chỉ để hỗ trợ. Trong buổi kiểm tra nói, sao bạn không cho học sinh bắt cặp với nhau, ai nói giỏi hơn thì được về sớm và được gắn danh hiệu loại giỏi lên áo. *Loài người vẫn bị cai trị bởi những danh hiệu và những thứ màu mè như vậy.*(phần bốn, chương chín, sách Đắc Nhân Tâm). Những ai nói kém hơn sẽ ở lại và tiếp tục bắt cặp và nếu nói giỏi hơn sẽ tiếp tục được gắn danh hiệu khá. Sau buổi kiểm tra, sao bạn không có một buổi giao lưu, chơi trò chơi để các học sinh được dịp tụ tập, **khoe** danh hiệu với nhau.

TA KHÔNG NÊN DẠY TRẺ NHỎ KHOA HỌC; NHƯNG HÃY ĐỂ CHÚNG NÉM TRẢI NÓ.

JEAN JACQUES ROUSSEAU

Người Việt Nam học các môn khoa học, toán, lý, hóa nhưng họ vẫn chưa thoát khỏi tư chất nho sinh: tu thân, hòa hợp với đất trời, trở về bản ngã bổn thiện. Tư chất này trái ngược với tư chất của những nhà khoa học. Trong khi để học các môn khoa học này, người ta cần có tinh thần khám phá, chinh phục, luôn đặt câu hỏi và tìm kiếm câu trả lời.

ĐÂY CHÍNH LÀ PHONG CÁCH CỦA NHỮNG NHÀ KHOA HỌC, HỌ KHÔNG NGẦN NGẠI RỜI XA TẬP THỂ, CÓ CHÍNH KIẾN CỦA RIÊNG MÌNH.

	Phong cách bình thường	Phong cách khoa học
Đối với thần tượng, người trên	Thường hâm mộ, sùng bái thần tượng, sùng bái quyền uy	Không bao giờ thần tượng, sùng bái bất kì ai. (Lưu ý rằng người phương tây không thần tượng con người, kể cả lãnh đạo của họ nhưng vẫn thần tượng những yếu tố tâm linh, và Chúa)
Trước những thứ bề ngoài hùng tráng	Hâm mộ, sùng bái , tin theo	Không để những thứ hùng tráng làm ảnh hưởng đến phán đoán của mình
Trước sự vật	Xem sự vật, sự việc là hiển nhiên. Dễ cả tin	Nhìn sự việc với ánh mắt hoài nghi, khiêu khích. Suy nghĩ để tìm câu trả lời
	Tiếp thu bề nổi sự vật	Muốn biết nguồn gốc, nguyên nhân
Đối với tập thể, số đông	Mù quáng hùa theo tập thể, số đông, để những thiên kiến của xã hội chi phối	Không ngần ngại rời xa tập thể số đông

Nền văn minh phương Tây phát triển như ngày hôm nay là nhờ họ nhìn thế giới xung quanh với con mắt khiêu khích, hoài nghi và luôn tìm kiếm câu trả lời. Cách đây mấy nghìn năm, khi người Trung Quốc, Ấn Độ, Ba Tư tiến lên xã hội văn minh thì người phương Tây vẫn là dân mọi rợ. Chỉ cách đây mấy trăm năm, người phương Tây mới bắt đầu khai phá thế giới, nhìn thế giới xung quanh với con mắt khiêu khích, hoài nghi, suy nghĩ để tìm câu trả lời, nhờ vậy nền dân trí họ mới phát triển văn minh như ngày nay, nền khoa học của họ cũng phát triển như ngày nay.

Những sáng chế của bạn có thể xuất phát từ thực tế cuộc sống, chứ không cần đâu xa. Khi ta bắt đầu hành động, mọi thứ sẽ rõ ràng hơn

theo thời gian, hệ thống niềm tin sẽ hình thành khi con người có được một số trải nghiệm nhất định, có được một số thành công nhất định. Nếu bạn thấy sáng tạo là khó thì sao bạn không bắt đầu từ việc có thể làm và hành động cứ tiếp diễn như vậy. Cách này sẽ khiến cho cả hai bán cầu não của học sinh hoạt động, còn nếu làm bài kiểm tra, chỉ có bán cầu não trái hoạt động. Khi dùng bài kiểm tra để đánh giá khả năng học toán, lý, hóa của học sinh, cuộc sống của học sinh sẽ đơn điệu và học sinh sẽ lao vào chơi game.

Tôi tự hỏi sao bạn không áp dụng chương sáu, "khích lệ người cách nào" và chương tám "hãy khuyến khích", phần bốn " đắc nhân tâm", để khuyến khích học sinh sáng tạo và luyện kĩ năng nghe, nói tiếng Anh. Sao bạn không lấy công tâm nhận những tấn tới dù là nhỏ nhất của học sinh, khuyến khích học sinh. Nếu học sinh không chịu sáng chế, sao bạn không dùng các cách ở phần D để yêu cầu học sinh sáng chế thay vì dùng điểm hoặc áp lực để bắt học sinh sáng chế. Tuy nhiên cách này chỉ nên dùng khi bắt đắc dĩ.

Sao bạn không dùng sản phẩm để đánh giá học sinh thay cho bài kiểm tra. Cách này hiệu quả như thế nào, sao bạn không thử xem qua chương mười một, phần 3 (sách Đắc Nhân Tâm) "khơi gợi thị giác và óc tưởng tượng của người". Cách này còn áp dụng theo chương sáu " xả hơi", để người ta nghĩ theo cách nghĩ của mình, cứ để họ nói thỏa thích. Vậy để học sinh tư duy theo hướng bạn muốn dẫn dắt, sao bạn không để họ suy nghĩ và làm thỏa thích. Cách này còn làm áp dụng theo chương bảy, (sách Đắc Nhân Tâm) "thiện bất chuyên mỹ". Muốn người khác nghĩ theo ý mình, nên làm cho họ tin rằng họ làm theo sáng kiến của họ. Muốn học sinh tư duy theo hướng bạn muốn dẫn dắt, sao bạn không để học sinh sáng tạo theo hướng của họ.

Tôi tự hỏi sao bạn không tập hợp các học sinh cùng sản phẩm của mình trong một hội trường. Chúng ta sẽ làm một cuộc triển lãm về sản phẩm này, có mời phụ huynh tham dự. Sao bạn không vinh danh những sản phẩm có chất lượng cao đồng thời dán các con điểm lên tất cả các sản phẩm của học sinh chứ không lấy điểm đó để đánh giá học lực của học sinh. Cách làm này hiệu quả như thế nào sao bạn không thử xem qua chương chín, phần bốn (sách Đắc Nhân Tâm). Loài người vẫn luôn bị cai trị bởi những danh hiệu và những thứ màu mè như vậy.

Mục tiêu của việc dạy dỗ học trò là làm cho học trò có khả năng thích nghi với việc không có người thầy.(Elbert Hubbard). Giáo dục phương Tây khuyến khích học sinh khẳng định mình còn giáo dục Nho giáo khuyến khích học sinh yếm tài, ẩn đức. Việc khẳng định mình trong quá trình học mới giúp học sinh học tập, làm việc mà không cần thầy còn yếm tài, ẩn đức chỉ ức chế khả năng của học sinh trong thời đại ngày nay mà thôi.

Đối với học sinh cấp ba, sao bạn không chọn một hoặc hai học sinh giỏi, xuất sắc của lớp chín để cho lên cấp ba, số còn lại cho đi học nghề. Vì nếu cho số còn lại đi học vừa gây áp lực cho số học sinh này vừa lãng phí thời gian, công sức của họ. Ở các nền giáo dục phát triển, một giáo sư giảng dạy hai ba sinh viên chứ không phải hàng chục sinh viên như ở các nền giáo dục kém phát triển. Để làm được như vậy, khi học sinh lên cấp ba, chỉ nên tuyển chọn những học sinh xuất sắc nhất.

Những học sinh đã được chọn lọc lên cấp ba là những học sinh ưu tú. Tôi tự hỏi sao bạn không khuyến khích học sinh tự do có chí hướng cho riêng mình. Sao bạn không dùng cách này đánh giá học sinh thay cho bằng cấp. Cách này đi theo phương pháp của chương bảy, phần 3, sách "đắc nhân tâm". Muốn người khác nghĩ theo ý mình, để họ làm theo sáng kiến của họ. Vậy muốn học sinh phát triển tư duy theo hướng chúng ta muốn dẫn dắt, sao không để học sinh đi theo chí hướng của họ. Sao bạn không áp dụng chương chín, phần 3, sách "đắc nhân tâm", (có thiện cảm với những ý tưởng, ước vọng của người khác) và có thiện cảm với những ý tưởng, ước vọng của học sinh.

Nhiều học sinh sau khi ra trường không có đất dụng võ và và họ giống như lừa thồ sách. Khi đó, sao ta không tạo điều kiện để học sinh tự tạo đất dụng võ cho mình. Một nền giáo dục là phải phát triển được xã hội.

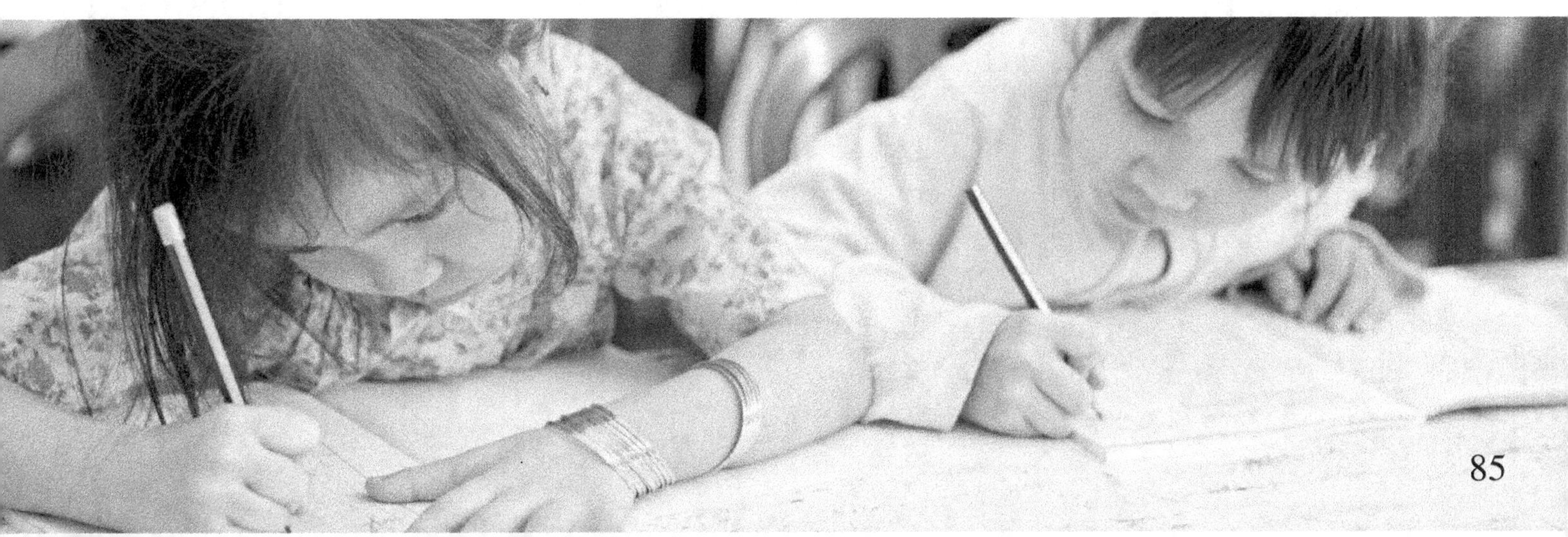

Tôi tự hỏi sao bạn không áp dụng chương chín, phần bốn, gắn danh hiệu nào đó cho những học sinh có triển vọng. Họ sẽ gắng hết sức để tạo lập chí hướng riêng cho mình. Loài người vẫn bị cai trị bởi những danh hiệu đó. Trong cuộc sống có một nghịch lý là: không phải tất cả người có tài đều có chí, còn người có chí lớn lại chưa hẳn có tài. Do đó sao bạn không gắn cho người có tài một danh hiệu **"nguyên khí quốc gia"** cho người có tài những chưa có tham vọng, **"trụ cột đất nước"** cho người vừa có tài vừa có tham vọng…) nào đó, họ sẽ gắng hết sức cho đất nước, tạo lập chí hướng cho riêng mình.

> ***Đặt câu hỏi, luôn tìm kiếm câu trả lời và không ngần ngại rời xa đám đông là biểu hiện của sự thông minh.***

Trong cuộc sống có biết bao nhiêu vấn đề, sao bạn không đưa những vấn đề đó cho học sinh giải quyết bằng những sáng chế của mình(sử dụng sự sáng tạo, tận dụng kiến thức về toán và lý). Có như vậy, khi ra trường học sinh mới không trở thành lừa thồ sách. Những học sinh này có thể lập nghiệp nhờ vào sáng chế của mình. Họ là những "trụ cột đất nước".

Như tôi đã nói ở chương ba, người có tài và có tham vọng thường không dám làm. Sao bạn, những "trụ cột đất nước" không dựa vào người khác, những nhà đầu tư, người có tham vọng là giàu nhưng không am hiểu nhiều về sản phẩm. Việc dựa vào người khác sẽ khiến bạn tự tin hơn. Người như Bill Gate, Henry Ford sáng lập ra sản phẩm của mình nhưng đâu có một mình thành lập công ty. Khi thành lập công ty, họ chỉ chịu trách nhiệm về sản phẩm còn những lĩnh vực khác, đã có người làm thay họ. Khi thành

Trong nông nghiệp, người ta đang cần nghiên cứu ra những sáng kiến mới, trong cuộc sống, có nhiều loại bệnh tật. Sao bạn không tạo điều kiện để những "nguyên khí quốc gia" đặt câu hỏi và tìm kiếm câu trả lời về chúng (áp dụng kiến thức hóa và sinh). Sao giáo viên không đóng vai trò là người hướng dẫn và khuyến khích. Việc nghiên cứu như vậy có thể khiến học sinh trở thành những nhà khoa học của Việt Nam. Có như vậy, học sinh sau khi ra trường mới không trở thành lừa thồ sách.

lập công ty bạn có nên quá vì lợi nhuận hay không. Khoa học là điều tuyệt vời nếu người ta không phải kiếm sống bằng nó.(Albert Ainstain)

Việc có thể làm: sao người Việt Nam ta không đưa những "nguyên khí quốc gia" và "trụ cột đất nước" sang tận các nước phát triển để học hỏi khoa học, công nghệ của họ. Có thể bạn tự hỏi, điều này có liên quan gì tới giáo dục. Việc học là học tập suốt đời và từ nhiều nguồn.

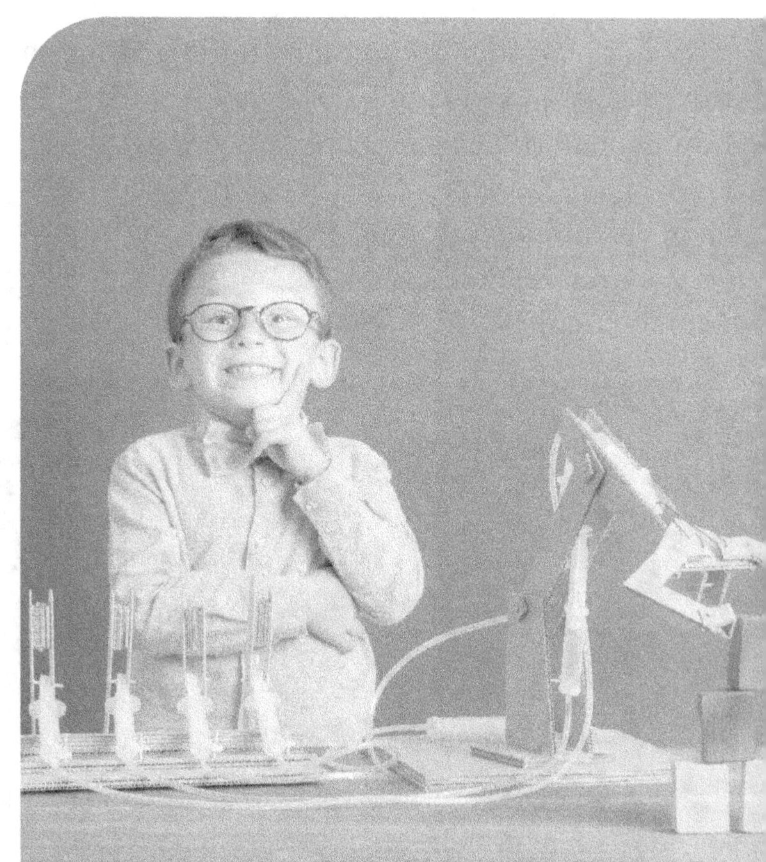

Thứ duy nhất cản trở việc học hành của tôi chính là nền giáo dục. Để có kiến thức, con người ta không cần đến đại học. Giá trị của đại học không nằm ở chỗ học thuộc lòng thật nhiều, mà nằm ở chỗ tập luyện tư duy, cái mà người ta không bao giờ học được từ sách giáo khoa.(A Einstein)

Trong chiến lược giáo dục cũ, ta phát bằng khá, giỏi cho sinh viên tốt nghiệp đại học nhưng bằng cấp chỉ khiến con người ta nghĩ mình là trung tâm, mang tâm lý ảo tưởng vĩ cuồng. Vì nghĩ mình là trung tâm, vì mang tâm lý ảo tưởng vĩ cuồng, những sinh viên được nhận bằng khá, giỏi này sau khi ra trường thường muốn xã hội cho mình một vị trí xứng đáng thay vì rèn luyện tư duy, đem lại lợi ích cho xã hội.

Trong chiến lược giáo dục mới, sinh viên sau khi ra trường chỉ được phát giấy chứng nhận đã hoàn tất khóa học ở trường, giấy chứng nhận này không phân cấp khá giỏi gì cả. Họ chỉ đang học đại học thực sự khi rèn luyện tư duy bên ngoài xã hội và họ chỉ được phát bằng "trụ cột đất nước" khi thành lập được công ty, đem lại lợi ích cho xã hội, hoặc được phát bằng "nguyên khí quốc gia" nếu có được một vị trí quản lý trong công ty nào đó. Hằng năm sao chúng ta không phát bằng cho cựu sinh viên thay vì cho sinh viên sắp ra trường. Sao chúng ta không phát bằng cho cựu sinh viên vào ngày lễ khai giảng năm học mới. Điều này sẽ khích lệ cựu sinh viên và truyền cảm hứng cho tân sinh viên.

Ở các trường học hiện nay, chúng ta thường để tấm bảng " **tiên học lễ, hậu học văn**". Câu khẩu hiệu này chỉ mang tính biểu diễn vì học sinh Việt Nam cấp 1 thì còn nghe lời thầy cô, cấp 2,3 thì cãi tay đôi với thầy cô. Sao chúng ta không thay khẩu hiệu đó bằng khẩu hiệu khác : **Giáo dục ở trường giúp bạn kiếm sống, tự**

87

học giúp bạn có cả gia tài (Jim Rohn), ở tất cả 3 cấp. Giáo dục Việt Nam chỉ đào tạo ra những công nhân, chứ chưa đào tạo ra những ông chủ. Một nền giáo dục mà học sinh học một ở trường, rồi tự mày mò, tự học mười ở nhà mới là nền giáo dục tuyệt vời.

Việc tự học trong khi đang học đại học và sau khi tốt nghiệp là vô cùng quan trọng. Nhà trường sẽ luôn theo sát và hỗ trợ quá trình "tự học" của các sinh viên này sau khi tốt nghiệp.

Chúng ta nên có một tổng kết rằng 10 năm khi tốt nghiệp, tỉ lệ học sinh thành công của các trường sẽ là như thế nào. Đây là thước đo chuẩn nhất cho chất lượng dạy và học ở trường đó. Tỉ lệ này nên công bố trên website toàn quốc để các học sinh đều biết.

Người Nhật đã biến sự tự ti, mặc cảm bị bỏ rơi, bị tụt hậu so với thế giới do đất nước xung quanh là biển thành quyết tâm làm cải cách công nghiệp, không bị tụt hậu so với thế giới. Mỗi con người Việt Nam thường mặc cảm, tự ti so với người phương Tây. Vậy sao những "nguyên khí quốc gia", "trụ cột đất nước" không biến bất lợi này thành lợi thế và trở thành quốc gia công nghệ cao, thách thức xu hướng của thế giới trở thành quốc gia sử dụng năng lượng sạch.

Khi mọi thứ đã định hình, hành động vẫn có thể thay đổi để tạo ra sự đột biến chứ không nên gò bó vào chiến lược này.

Ở Việt Nam có rất nhiều tiến sĩ giấy. Sao chúng ta không thành lập giải Nobel Việt Nam về các lĩnh vực: kinh tế, vật lý, hóa học, sinh học, văn học. Tất cả các trường đại học ở Việt Nam đều phải có công trình nghiên cứu, giải pháp sáng tạo hoặc bằng sáng chế để hoặc công trình nghiên cứu khoa học tham gia cuộc thi này. Công trình nghiên cứu hoặc bằng sáng chế có thể do sinh viên nghiên cứu, sáng tạo ra, hoặc do thạc sĩ, tiến sĩ ở trường đó nghiên cứu sáng tạo ra. Nếu

năm năm liên tiếp, một trường không thể có một công trình nghiên cứu hoặc bằng sáng chế

để tham gia giải, hiệu trưởng trường đó phải từ chức. Điều này sẽ khắc phục tình trạng tiến sĩ giấy và nâng cao khả năng tự học, tự nghiên cứu, tự sáng tạo của sinh viên Việt Nam.

Nhà nước sẽ bảo vệ quyền sở hữu trí tuệ và giúp kêu gọi vốn đầu tư cho các ý tưởng trên, hoặc giúp chủ nhân của các ý tưởng trên bán nó cho các công ty, để thương mại hóa nó.

D   SAO CHÚNG TA KHÔNG PHẠT MÀ KHÔNG BẰNG ROI VỌT: ĐỨA TRẺ NÀO CŨNG...

cần được **yêu thương và chấp nhận**. Vậy sao bạn không yêu thương và chấp nhận chúng. Vấn đề ở đây là khi bạn quá yêu thương, nuông chiều chúng, chúng dễ đâm ra hư hỏng, bạn cũng khó có thể chấp nhận những tính xấu của chúng. Vậy làm sao để giải quyết. Sao bạn không dùng văn hóa đắc nhân tâm để định hướng tính cách của chúng.

Trong cuốn đắc nhân tâm có đoạn viết: oán không bao giờ diệt được oán. Giáo viên Việt Nam mang đậm tư chất thầy đồ nên vẫn có thói quen la mắng học sinh nhưng những hình phạt của thầy cô Việt Nam chỉ gây thêm oán thù mà thôi. Việc dùng điểm số gây áp lực chỉ làm học sinh sợ hãi việc học.

	Giáo dục phương Tây	Giáo dục Nho giáo
Khiến học sinh	Thích việc học	Sợ hãi việc học

Sao bạn không thử xem qua ý kiến này: Nếu tôi là giáo viên chủ nhiệm, tôi sẽ cho tất cả học sinh nêu ra những yêu cầu, nguyện vọng của họ ra giấy và tổng hợp nó lại sau đó chọn lọc ra những yêu cầu có thể đáp ứng được. Đến lượt mình, tôi sẽ nêu ra yêu cầu của tôi về bài tập về nhà, về những điều không nên vi phạm và yêu cầu học sinh cam kết thực hiện chúng. Đây giống như hợp đồng tinh thần giữa tôi với học sinh. Tôi áp dụng chương bảy, phần ba cuốn "đắc nhân tâm" và cũng áp dụng chương cuối trong cuốn "con cái chúng ta đều giỏi" để để đưa ra ý kiến này.

Trước khi chia sẻ ý kiến sau, tôi muốn đưa ra một câu chuyện. Trong một phòng kinh doanh, vị giám đốc kinh doanh đã để một tấm bảng. Trên tấm bảng ghi thành tích thành tích doanh số của các nhân viên kinh doanh. Điều này đã khích tướng các nhân viên kinh doanh. Người này có doanh số ít hơn người kia thì cảm thấy xấu hổ và cố gắng làm nhiều hơn.

Tôi tự hỏi sao không dùng cách này để phạt các học sinh. Cuối mỗi lớp sao bạn không có một tấm bảng ghi tên, thậm chí dán ảnh các học sinh không ngoan. Điều này sẽ khích tướng các học sinh đó, nâng cao lòng tự trọng của học sinh, khiến các học sinh đó tốt lên. Cách này có thể dùng để yêu cầu học sinh làm những bài tập thay vì dùng roi vọt để gây áp lực.

Sao bạn không dùng cách này để kích thích thành tích học tập của học sinh. Sao bạn không để một tấm bảng, trên tấm bảng đề tên, dán ảnh các học sinh và điểm số của họ. Điểm số được xếp từ cao đến thấp, và tên học sinh tương ứng. Điểm số này không phải để quyết định học lực của học sinh mà chỉ để khích tướng học sinh. Cách làm này nâng cao tính tự giác và lòng tự trọng của học sinh và hình thành cá tính, bản ngã cho học sinh. Tuy nhiên cách làm này không nên áp dụng với những môn đòi hỏi khả năng sáng tạo và trí tưởng tượng cao như môn văn môn sử, môn sinh. Các môn càng dùng nhiều bán cầu não phải bao nhiêu càng ít sử dụng cách này bấy nhiêu. Vì cách làm này sẽ gây áp lực lên bán cầu não phải của học sinh.

Ở mỗi trường sao bạn không có một tấm bảng, ghi tên và dán ảnh các học sinh điểm cao nhất và điểm thấp nhất mỗi lớp. Cách này hiệu quả hơn so với việc dùng điểm để quyết định học lực của học sinh. Sao bạn không có một tấm bảng, ghi tên và dán ảnh các học sinh chưa ngoan của trường. Việc phạt thông thường ở các trường học chỉ gây thêm oán thù mà thôi. Cách làm này hiệu quả như thế nào sao bạn không thử xem qua chương mười hai, phần 3, (sách Đắc Nhân Tâm) "khi mọi thứ đã vô hiệu nên thử cách này xem sao". Hình phạt không thể khiến học sinh ngoan hơn, mà chỉ có sự trưởng thành khiến học sinh ngoan hơn. Cách này có thể khiến học sinh trưởng thành hơn. Cách này chỉ nên áp dụng với học sinh lớp bốn trở lên vì học sinh lớp bốn đã bắt đầu biết tự trọng.

Giáo dục Phần Lan, người ta không dùng điểm để đánh giá học sinh nhưng kết quả thì giáo dục Phần Lan tốt hơn nhiều so với các nền giáo dục khác.

Chúng ta có nên lấy điểm để đánh giá học lực của học sinh, để gây áp lực bắt học sinh phải học hay không. Cá nhân tôi nghĩ các bạn sẽ trả lời là không. Trong tháp nhu cầu của Maslow, nhu cầu được tôn trọng và khẳng định mình cao hơn nhu cầu được an toàn. Nếu chúng ta dùng

điểm để gây áp lực lên học sinh, học sinh sẽ không cảm thấy an toàn nếu bị điểm thấp. Học sinh sẽ học để đối phó với thầy cô. Chúng ta đánh vào nhu cầu an toàn của học sinh. Khi đó học sinh hành động không khác gì những kẻ man rợ.

> *Chỉ khi con người ta làm việc và học tập để được tôn trọng và khẳng định mình, con người ta mới trở nên văn minh. Chỉ khi học sinh Việt Nam cảm thấy mình được được tôn trọng, cảm thấy mình được xã hội "chuộng của chuộng công", chỉ khi học sinh Việt Nam học tập và làm việc để được nhiều người tôn trọng, kính nể và để thể hiện mình, khi đó học sinh Việt Nam mới là con người thật sự.*

Sao bạn không thử xem qua ý kiến của tôi. Đối với môn văn, sao ta không cho 3 học sinh cao điểm nhất đọc bài văn của mình. Sau đó dán 3 bài văn cao điểm nhất ở cuối lớp và dán 3 bài văn thấp điểm nhất ở cuối lớp để đánh vào lòng tự trọng của học sinh.

Đối với sản phẩm vật lý, ba sản phẩm tốt nhất sẽ được trưng bày ở cuối lớp để vinh danh học sinh và ba sản phẩm tệ nhất sẽ được đặt ở cuối lớp để khơi gợi lòng tự trọng của học sinh.

Đối với các môn học khác như môn Anh Văn thì tôi đã trình bày ở phần trên. Đối với các môn học khác cũng tương tự. Nói chung chúng ta không nên dùng điểm để gây áp lực mà dùng điểm để đánh vào nhu cầu được tôn trọng và khẳng định mình của học sinh ở môn này.

Phần bốn sách Đắc Nhân Tâm hướng dẫn cách sửa tính người mà không sợ họ phật ý. Tôi tự hỏi sao bạn không biến thể nó thành phương pháp phát triển nhân cách học sinh theo hướng bạn muốn. Đọc cuốn "tôi tài giỏi, bạn cũng thế", bạn có thể khám phá ra phương pháp học tập hiệu quả, còn ở đây bạn có thể khám phá ra phương pháp dạy học hiệu quả.

Bản chất của tư duy phát triển trong thời bình là : chỉ cần nhìn thấy và nghe thấy một chút thì có thể suy nghĩ rất lâu và lý giải rất nhiều, sáng kiến thật nhiều

Những gì tôi viết ở đây, chỉ là những cái cơ bản. Các bạn, những nhân tài của đất Việt, hãy viết tiếp chương sách này, nâng tầm nó lên thành cuộc **cách mạng giáo dục**. Tôi dùng từ **cách mạng giáo dục** chứ không phải cải cách giáo dục vì giáo dục là cơ sở cho sự phát triển của đất nước.

Giải nobel Việt Nam cũng sẽ là tiền đề cho cuộc **cách mạng bằng sáng chế và khoa học kĩ thuật** Việt Nam. Cuộc **cách mạng giáo dục** cũng sẽ là cơ sở cho cuộc **cách mạng sáng chế và khoa học kĩ thuật** này.

Hai cuộc cách mạng trên sẽ là cơ sở cho cuộc cách mạng thứ 3, **cách mạng khởi nghiệp**. Một khi giải nobel Việt Nam tạo ra nhiều ý tưởng sáng tạo, chúng ta hoàn toàn có thể học theo Israel để làm cuộc cách mạng khởi nghiệp. Những người thành công trong cuộc cách mạng khởi nghiệp này lại về lại trường đại học, nhận bằng tốt nghiệp thời điểm khai giảng. Điều này sẽ khích lệ tân sinh viên.

Các cuộc cách mạng trên liệu có làm được hay không, còn tùy vào trong cộng đồng người Việt, liệu có những con người có cá tính và cái tôi lớn vừa đủ hay không (mời các bạn xem chương 3 của cuốn sách này)

IV. KIÊN TRÌ, BỀN CHÍ KẾT HỢP VỚI ĐIỀU NÀY, NGƯỜI VIỆT SẼ THÀNH CÔNG.

NGAY TỪ NHỎ MỖI NGƯỜI VIỆT ĐÃ ĐƯỢC DẠY "KIÊN TRÌ" VÀ "BỀN CHÍ" SẼ DẪN ĐẾN THÀNH CÔNG.

Trước tiên tôi muốn kể cho bạn một câu chuyện. Một người bạn của tôi là người rất nghị lực. Anh ta quyết tâm thành công. Anh ta cầm sổ nghiệp chủ nhà vay vốn để mở công ty làm ăn. Không may công việc làm ăn thất bại, anh ta vẫn có đủ nghị lực để đứng dậy (người Á Đông nói chung và người Việt Nam nói riêng, ai cũng vậy cả, khi vấp ngã, họ đều có nghị lực để đứng dậy). Tuy nhiên, số nợ quá lớn, anh ta phải lao động mấy chục năm để trả nợ. Đến khi trả xong nợ thì anh ta đã trải qua gần nửa đời người và gần như không đủ điều kiện để làm giàu nữa.

Người ta thường nói thất bại là mẹ thành công. Tuy nhiên ở thời đại kinh tế thị trường với quy luật đào thải đầy khắc nghiệt như hiện nay, một thất bại có thể dẫn đến dấu chấm hết. Đó là lý do vì sao ở Việt Nam ít có doanh nghiệp tư nhân khởi nghiệp thành công, lớn mạnh. Doanh nghiệp lớn thường là nhà nước. Xương sống của thành công là làm việc chăm chỉ, quyết tâm, lên kế hoạch cẩn thận và kiên trì. Đây là những điều cơ bản để thành công, nhưng chưa đủ để thành công.

Các bạn có đồng ý với tôi rằng: nỗ lực chưa chắc đã thành công, nỗ lực đúng cách mới thành công. Chỉ có trí thông minh mới đưa chúng ta đi đúng hướng, đúng cách. Do đó: thông minh+ nỗ lực → thành công. Tuy nhiên trên đời này ai cũng có thể nỗ lực nhưng không phải ai cũng thông minh. Vậy những người có chí lớn nhưng chưa thông minh sao không mượn trí tuệ của những người thông minh bằng cách liên kết với những người thông minh.

> *Người Việt thường dạy nhau nên nỗ lực và kiên trì để thành công nhưng không mấy ai làm được cả. Thực ra đây cũng chỉ là nói được cái miệng mà thôi, không nhiều người kiên trì bền chí.*

Trong xã hội Việt, không phải ai nỗ lực rồi cũng thành công. Trước kia tôi thường nỗ lực khi muốn làm việc gì nhưng nỗ lực là một chuyện, nỗ lực cộng với đi đúng sở trường thì mới thành công được. Người Trung Hoa quan niệm : kiên trì bền chí sẽ có được cơ nghiệp lớn. Người Trung Hoa kiên trì nên cơ nghiệp có quy mô rất lớn, toàn nước Trung Quốc. Người Việt học hỏi từ người Trung quốc, chúng ta cũng dạy nhau là phải kiên trì nhưng người Việt cũng trẻ con hơn người Trung Hoa nên chúng ta dễ thỏa mãn hơn bọn họ. Quy mô cơ đồ của người Việt ở trong nước Việt. Nếu muốn cơ đồ lớn hơn nữa, chúng ta phải vươn ra thế giới và khi đó chúng ta phải đổi sang cách nghĩ của người phương Tây vì thế giới đổi mới liên tục.

Vậy người phương Tây có quan niệm thế nào về bí quyết thành công:

Mark Zuckerberg: dám mạo hiểm

Walt Disney: ngừng nói, bắt tay ngay vào làm việc

Donald Trump: rút kinh nghiệm từ sai lầm của người khác

Aintain : phấn đấu trở thành người có ích

Henry Ford: đặt mình vào vị trí của người khác để suy nghĩ

Như các bạn đã thấy, đối với người phương Tây, bí quyết thành công không bó hẹp vào sự "kiên trì, bền chí", mỗi người phương Tây sẽ có một bí quyết riêng để thành công. Do đó bên cạnh yếu tố nghị lực, kiên trì, người phương Tây luôn coi trọng yếu tố TỰ DO. Tự do ở đây là mỗi người phương Tây có thể tự do đi theo con đường của mình, làm theo bí quyết riêng của mình.

Tôi muốn đưa ra ví dụ. Có một người lái một chiếc xe và luôn kiên trì, bền chí để đi đến đích. Người thứ 2, cũng lái chiếc xe tương tự, nhưng vài ngày sau anh ta tăng thêm động cơ cho chiếc xe, để xe chạy nhanh hơn. Vài ngày sau anh ta giảm trọng lượng cho xe để xe ít tốn nhiên liệu hơn. Vài ngày sau, anh ta thay đổi xe trở thành chiếc máy có thể vừa chạy vừa bay. Người thứ 2 đột phá, sáng tạo, luôn thay đổi kết hợp với kiên trì, bền chí nên anh ta luôn đi trước người thứ 1.

Trong thời đại ngày nay trong làm ăn, chúng ta cần có sự đột phá, sản phẩm phải có cá tính, nổi bật, thậm chí độc nhất. Các bạn có thể so sánh cơ đồ của các công ty Trung Quốc so với công ty Mỹ và phương Tây. Các công ty của Mỹ luôn nổi tiếng, có các sản phẩm độc đáo, sáng tạo. Còn các công ty của Trung Quốc tuy lớn những không mấy nổi bật trên thế giới, đây là sản phẩm của sự kiên trì bền trí, nhưng chưa mấy đột phá, chưa mấy độc đáo.

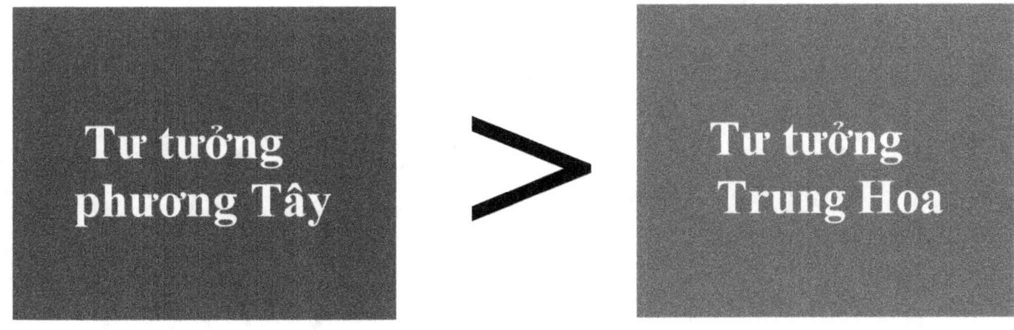

Người Trung Quốc rất kiêu ngạo nhưng không bộc lộ ra, tự cho mình là rồng, muốn một mình độc chiếm tất cả. Họ thường tự giới hạn trí thông minh, cá tính, quan điểm, chính kiến của riêng mình nhưng bù lại họ kiên trì, bền chí hơn để đạt được thành công. Họ phủ định yếu tố trí "thông minh", "sở trường" không phải vì khiêm tốn mà muốn kết hợp nó với yếu tố "kiên trì, bền trí" để trở nên hoàn hảo và muốn một mình đạt được mục tiêu. Khi thành công bề ngoài tỏ ra rất khiêm tốn nhưng bên trong rất kiêu ngạo và ích kỉ.

Người phương Tây không chỉ đề cao sự "kiên trì và bền chí" mà đề cao sự "tự do". Thành công của người phương Tây là kết hợp giữa những cái: thông minh, tài ba, nghị lực, cá nhân tính… Nói như vậy, còn người Hàn, người Nhật đều kiên trì, bền trí, vậy sao họ lại phát triển. Người Hoa, người Hàn, người Nhật đều có ý chí mạnh nhưng người Hàn, người Nhật ngoài ý chí ra họ còn có tính kỉ luật. Chính tính kỉ luật gắn kết các cá nhân trong tập thể người Hàn, người Nhật lại. Người Hoa chẳng những không có tính kỉ luật bằng người Hàn, người Nhật mà còn hay đấu đá nội bộ hơn. Đây là một trong nhiều nguyên nhân khiến người Hoa làm kinh tế không giỏi bằng người Hàn, Nhật.

Thêm một nguyên nhân khác, trong tập thể người Hàn và Nhật không hề có sự cào bằng các cá nhân như kiểu người Hoa. Thay vào đó, tính kỉ luật khiến cho các cá nhân được sắp xếp theo tầng, lớp, tầng cao thì địa vị cao và tài cũng phải cao. Nên tuy rằng văn hoá Hàn và Nhật sùng bái tập thể nhưng không hề có sự cào bằng như Trung Hoa nên vẫn có các sáng kiến, đột phá.

Với người phương Tây, họ quan niệm là phải quảng đại và đoàn kết như loài sư tử. Cộng thêm vào đó là sự oai vệ, sư tử oai vệ hơn so với hổ. Người phương Tây sẵn sàng thể hiện bản thân chứ không yếm tài ẩn đức như người phương Đông. Tuy nhiên, sự đoàn kết chỉ mang tính tương đối, mang tính cam kết để mỗi cá nhân có sự tự do thể hiện cá tính và tài năng của bản thân. Còn người Á Đông thường sùng bái loài rồng và hổ. Do đó người Á Đông thường mang tâm lý vĩ cuồng hơn (giống như loài rồng) hơn người phương Tây. Họ cũng nỗ lực và kiên trì nhưng đơn độc, ẩn mình giống như loài hổ.

Nhà bác học Albert Ainstain khám phá ra định luật vạn vật hấp dẫn, tức là trong vũ trụ những vật thể lớn thường hút những vật thể bé. Người ta cũng khám phá ra trong xã hội cũng tồn tại quy luật hấp dẫn này. Nếu bạn giàu có, bạn có xu hướng thu hút nhiều đối tác làm ăn, và như vậy bạn càng giàu thêm. Nếu bạn có tài và tài năng của bạn được người ta công nhận, bạn có xu hướng thu hút những người tài khác muốn hợp tác với bạn. Nếu bạn có địa vị, bạn có xu hướng thu hút những người khác muốn cộng tác với bạn. Như vậy, trong xã hội tồn tại quy luật hấp dẫn, người giàu càng giàu thêm, người thành công càng thành công thêm. Nếu bạn thể hiện bản thân như Lý Tiểu Long, bạn sẽ có xu hướng thu hút người khác và bạn thành công nhanh hơn.

Nếu bạn thể hiện bản thân để trên cơ người khác thì cổ nhân có dạy: cao nhân tất hữu cao nhân trị. Nhưng ở đây, ta thể hiện bản thân để vượt hơn chính mình, chiến thắng chính mình, để những gì ta có hôm nay vượt hơn những gì ta có hôm qua.

TƯ TƯỞNG TRUNG HOA.

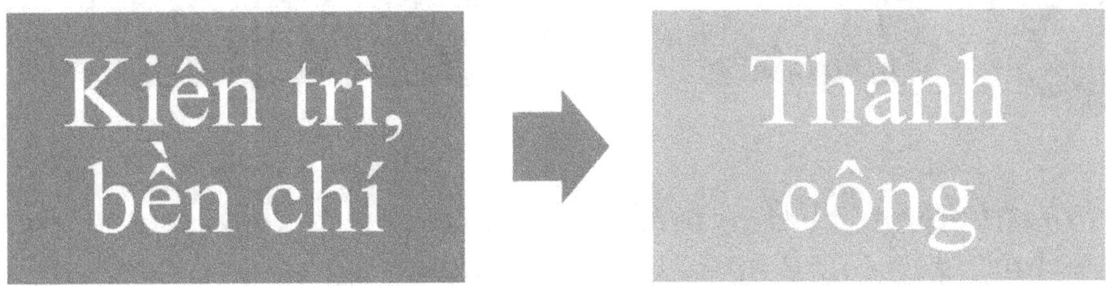

TƯ TƯỞNG PHƯƠNG TÂY.

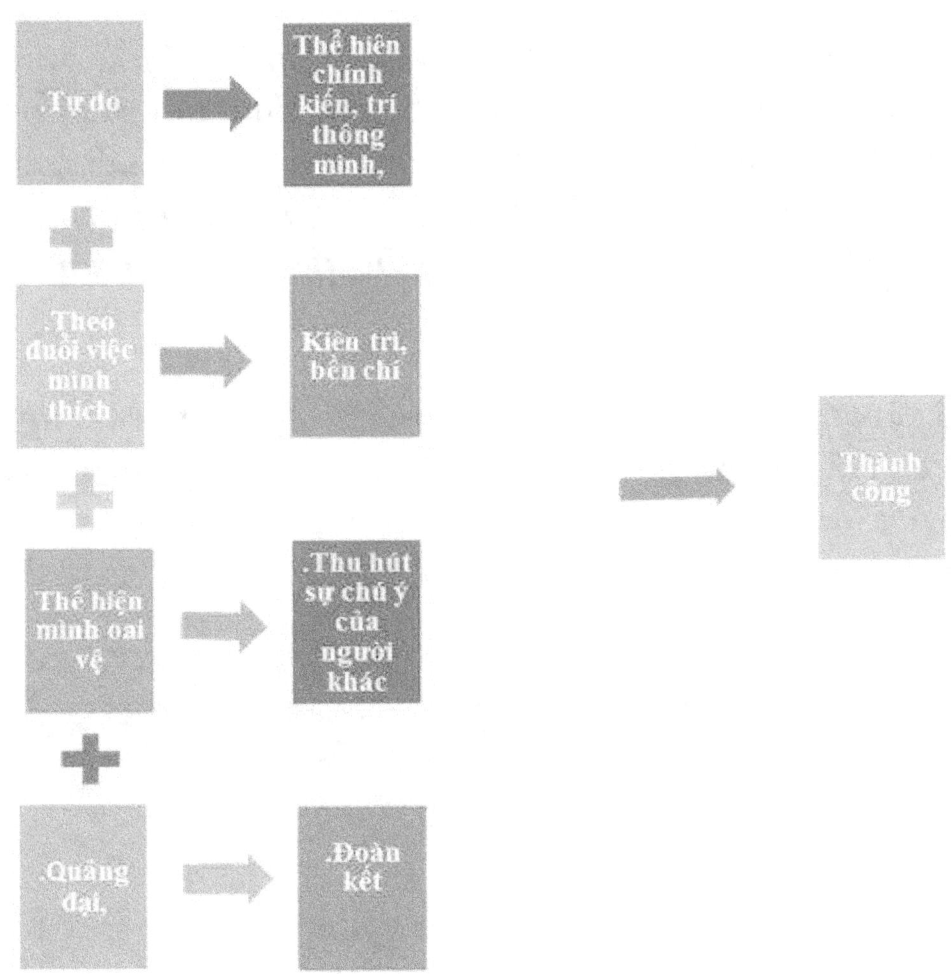

Tư tưởng phương Tây rõ ràng đúng đắn hơn tư tưởng Trung Hoa.
Chúng ta lại tiếp thu tư tưởng Trung Hoa và còn trẻ con hơn bọn họ. Do đó nhiều trí thức và tài năng trẻ Việt có thói kiêu ngạo ngầm và ích kỉ giống người Hoa.

Vậy thì lối tư duy nào là phù hợp hơn cả với người Việt, phương Tây, Hàn, Nhật hay Trung Hoa. Rõ ràng lối tư duy phương Tây đúng đắn hơn, hiệu quả hơn, phù hợp với thời đại ngày nay hơn tư duy Trung Hoa.

5 NGUYÊN TẮC GIÚP NGƯỜI VIỆT CHINH PHỤC THẾ GIỚI

Một số thành phần, thường tuyên truyền, xuyên tạc, nói xấu về Đảng Cộng Sản. Họ xem đảng Cộng Sản là nguyên nhân của sự yếu kém của đất nước. Thực ra theo ý kiến cá nhân tôi, sự yếu kém của đất nước là do văn hóa, tính cách của chúng ta.

Một đội bóng đá đạt thành tích yếu kém, nếu ta thay đổi huấn luyện viên thì thành tích đội bóng không hề tăng thêm. Muốn thay đổi thành tích của đội bóng ta cần làm từ gốc, tức là đào tạo trẻ. Một đất nước yếu kém, không phải ta thay đổi chế độ là thay đổi đất nước. Chúng ta cần làm từ gốc, tức là thay đổi ngay trong chính chúng ta. Chúng ta không thể quy trách nhiệm cho bất kì một đảng phái nào về sự yếu kém của mình.

Vậy thì thay vì gặm nhấm quá khứ, hồi tưởng chế độ miền Nam ngày xưa, thay vì chạy trốn thực tại, rút vào nội tâm, sao chúng ta không vươn ra thế giới bên ngoài và thay đổi lại cách sống của chính mình. Vận mệnh của dân tộc Việt Nam nằm trong tay tôi và bạn chứ không ai khác.

Nếu chú vịt Nam trong câu chuyện chương hai trốn chạy hiện tại, quay về dĩ vãng, từ chối hiện thực rút vào nội tâm, chú vịt Nam sẽ gặm nhấm hối tiếc, gặm nhấm một ân hận và dửng dưng với mọi thứ xung quanh.

Có một thành phần bất hảo nhận xét rằng: nhà nước XHCN ở Việt Nam sẽ tồn tại bền vững nhờ dựa vào sự ngu ngốc của người dân. Riêng tôi tôi nghĩ khác, tôi thấy rằng mỗi người dân Việt Nam (ví như tôi chẳng hạn) tự biến mình thành người ngu ngốc khi Ỷ LẠI vào nhà nước. Một số thành phần lại nói rằng nhà nước XHCN ở Việt Nam không để người dân được tự do. Còn tôi nói mỗi người dân Việt Nam tự biến mình thành kẻ phụ thuộc khi quá Ỷ LẠI vào nhà nước.

Bản chất của người Việt là Song Tử lai Kim Ngưu. Người cung Kim Ngưu thường co mình vào hủ lậu.

Nếu dân tộc Việt Nam trốn chạy thế giới bên ngoài, sẽ bị tách biệt với thế giới, lâu dần chúng ta sẽ gặm nhấm hối tiếc, gặm nhấm một ân hận, chẳng những không thể phát triển mà còn bị tụt hậu quá xa, thậm chí có thể bị Xóa Sổ. Trong môi trường quốc tế, nếu người Việt ta không biết cách khẳng định mình, chúng ta rất dễ sa ngã vào những bệnh như "ảo tưởng vĩ cuồng", " mê hư danh, cuồng địa vị để ra oai với thiên hạ" chẳng hạn. Mọi chiến thắng đều xuất phát từ chiến thắng chính bản thân mình.

Tầm nhìn không gian của mỗi người Việt thường ở địa phương, làng xã. Sao mỗi người Việt và doanh nghiệp Việt không mở rộng sang Trung Quốc. Dĩ nhiên có nhiều doanh nghiệp Việt mở rộng sang tận Mỹ và châu Âu. Tuy nhiên vì sao tôi lại nói Trung Quốc. Vì Trung Quốc đủ rộng, dân số đủ đông, doanh nghiệp mạnh đủ để người Việt có thể sánh ngang. Doanh nghiệp Việt có thể sánh ngang doanh nghiệp Trung Quốc, điều này không viển vông chút nào. Trung Quốc lại là cường quốc mới nổi, có rất nhiều cái tương đồng để người Việt học hỏi. Chúng ta lại quá quen với Trung Quốc hàng nghìn năm nay. Trung Quốc là mảnh đất tuyệt vời để mỗi người Việt rèn luyện bản ngã và trình độ tư duy của mình.

Tuy chúng ta phải dè chừng họ nhưng việc học hỏi và dựa vào đối thủ để phát triển và đi lên thời kì này không phải chuyện hiếm: người Nhật dựa vào người Mỹ sau chiến tranh để phát triển kinh tế(mặc dù Mỹ ném hai quả bom nguyên tử vào Nhật). Người Hàn học hỏi cách làm ăn của người Nhật(mặc dù Nhật đô hộ Hàn Quốc và người Hàn rất hận người Nhật). Người Mỹ học hỏi người Anh sau khi giành độc lập để phát triển lên thành nền kinh tế số một thế giới. Đây là những ví dụ điển hình nhất.

Chiến thắng kẻ thù là nhất thời, chiến thắng bản thân là quan trọng nhất. Do đó không có kẻ thù nào mãi mãi, không có đồng minh nào mãi mãi, chỉ có lợi ích là mãi mãi.

Người Trung Quốc cũng có tính cách hai mặt và lém lỉnh như người cung Song Tử, họ cũng co mình trong đất nước của họ và bảo thủ như người cung Kim Ngưu. Tuy nhiên họ trưởng thành hơn người Việt rất nhiều. Mười tật xấu của người Việt cũng gần giống mười tật xấu của người cung Song Tử. Tuy nhiên Song Tử là người đa nhân cách và có thể thay đổi nếu cần thiết.

Khi chinh phục thế giới, các bạn không nên đem giá trị của người Việt ra để chinh phục thế giới. Thay vào đó, bạn nên đem giá trị của bạn ra chinh phục thế giới. Sau đó bạn có thể tự hào nói với thế giới rằng tôi là người Việt. Tôi nói ví dụ. Bạn muốn mở một nhà hàng Việt ở nước ngoài và đem ẩm thực Việt quảng bá ra nước ngoài. Nhưng món ăn truyền thống của người Việt ngon trong mắt người Việt, đem ra nước ngoài chưa chắc nó đã ngon nổi bật. Dẫu có nhiều người ăn cũng chưa chắc nó nổi trội hơn món ăn các nước khác. Chúng ta đừng nên tự huyễn mình rằng giá trị Việt rất nổi trội.

Thay vào đó, bạn có thể sáng tạo ra món ăn của riêng bạn, mở nhà hàng phổ biến nó ra thế giới. Sau đó tự hào nói rằng: món ăn này do người Việt sáng tạo ra. Người nước ngoài nhiều khi chả quan tâm ai sáng tạo ra nó. Họ ăn thấy ngon, ở một nhà hàng Việt và họ truyền tai nhau là món Việt rất ngon. Thế thôi.

Khi cạnh tranh với dân tộc khác, người Việt đừng nên nghĩ là có thể cạnh tranh sòng phẳng hoặc vượt hơn. Thay vì bắt chước dân tộc khác và lao vào cuộc cạnh tranh mà rốt cuộc không ai thắng, sao người Việt Nam ta không bắt đầu trở nên khác biệt. Cơ hội chiến thắng sẽ lớn hơn nếu doanh nghiệp Việt Nam ta tự tạo ra một phân khúc thị trường hoàn toàn mới, tìm ra một đối tượng khách hàng mới, dòng sản phẩm hoàn toàn mới chưa có ai để ý hoặc bị bỏ quên.

> Để phát triển vấn đề theo hướng các dân tộc khác thường bỏ qua, sao người Việt ta không **TẬP TRUNG** vào điểm **KHÁC BIỆT** của chúng ta với các dân tộc khác và không ngừng cải tiến cũng như nâng tầm nó.

Tôi rất muốn Việt Nam có những tập đoàn xuyên quốc gia, tuy nhiên vấn đề lớn nhất là trí tuệ của chúng ta không hề trội hơn các dân tộc khác. Có người nói đây là bất lợi còn tôi nói đây là lợi thế. Bình dị và thực tế, thực dụng, dễ thích nghi vốn là ưu điểm của người Việt. Người thông minh tạo ra nhiều ý tưởng nhưng nhân loại lại tồn tại dựa vào thực tế. Và còn một vấn đề nữa là (giống như sự yếu hèn của tôi trước kia) tính cách của người Đông Nam Á chúng ta vẫn còn yếu và hèn so với người Đông Bắc Á và người phương Tây. Sao bạn không thử xem qua phương pháp giúp một người yếu hèn chinh phục thế giới như thế nào.

1 NGUYÊN TẮC KHỞI NGHIỆP

Kính thưa các bạn, tôi hoàn toàn không có thiện cảm gì với những cô gái làm nghề mại dâm cao cấp. Tuy nhiên tôi chiến thắng điều này và phải công nhận rằng: họ quả là biết tận dụng lợi thế sẵn có và hi sinh cái tôi trước mắt để tìm kiếm lợi ích lâu dài. Tôi không khuyến khích bạn làm nghề này. Tôi chỉ nêu ra ví dụ về nguyên tắc khởi nghiệp. Khi khởi nghiệp ta phải bán những cái ngàn vàng của trong đầu mình, chứ không phải bắt chước cái của người khác.

Chức năng của tay làm để làm. Chức năng của não là để nghĩ, chứ không phải làm theo não người khác. (Lê thẩm dương)

Trong thời kì chiến tranh lạnh, hai nước Liên Xô và Mỹ đều có cơ quan vũ trụ dẫn đầu thế giới. Liên Xô vì luôn muốn dẫn đầu thế giới nên muốn giữ bí mật về chương trình vũ trụ và không cho phép ai vào tham quan cơ quan vũ trụ cả. Người Mỹ thì không làm như vậy, họ đóng cửa và giữ bí mật một phần cơ quan vũ

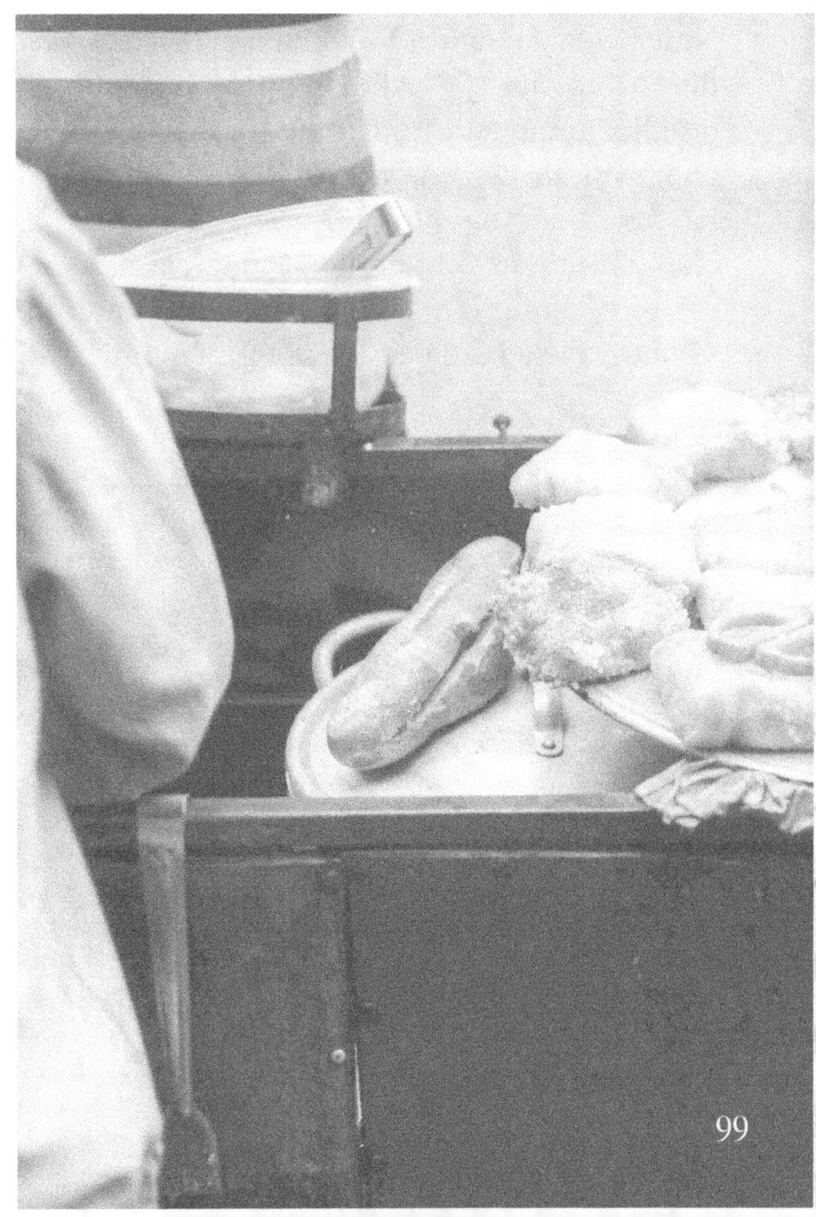

trụ, để bí mật không lọt ra ngoài, phần còn lại họ mở cửa cho khách tham quan. Bản chất của kinh doanh là đem lại lợi ích cho người khác. Người Mỹ thay vì kiêu hãnh vì lợi thế của mình đã biết chia sẻ lợi ích của mình cho thế giới. Lợi nhuận thu được từ việc cho khách tham quan được đầu tư vào chương trình vũ trụ. Cơ quan vũ trụ của Liên Xô vì không đủ kinh phí hoạt động nên không còn dẫn đầu thế giới như ngày trước còn cơ quan vũ trụ của người Mỹ vẫn còn dẫn đầu thế giới.

Chúng ta học gì từ câu chuyện trên. Người Mỹ không bắt chước Liên Xô, và người Mỹ sẵn sàng đem lợi thế của mình ra để kiếm tiền chứ không che đậy nó rồi nói rằng: chỉ mình tôi có được nó.

Nhiều cá nhân người Việt, thậm chí cả dân Việt thường có tâm lý "tự khinh", "tự nhục", tức là họ không mấy coi trọng những cái hay ho của chính mình, mà thường bắt chước những cái hay của thiên hạ. Như tôi đã nói ở chương 2, chúng ta có quyền tiếp thu những cái hay của thế giới nhưng đừng sùng bái những thức đó, vì như vậy sẽ khiến chúng ta trở nên tự ti. Mỗi người Việt nên có thói quen sẵn sàng chia sẻ những cái hay ho của bản thân cho người khác, cộng đồng một cách miễn phí hoặc có phí. Đây chính là tiền đề cho sự nghiệp của bạn. Lý Tiểu Long từ đầu khởi nghiệp cũng từ việc dạy võ miễn phí ở công viên.

Trí thông minh, sắc đẹp, tài sản hay bất kì lợi thế nào rồi cũng có lúc tàn phai theo thời gian hoặc trở nên vô dụng hoặc biến thành bất lợi khi hoàn cảnh thay đổi. Sao ta không cân bằng lợi ích giữa bản thân với cộng đồng thay vì mang tâm lý ảo tưởng vĩ cuồng rằng mình là trung tâm của thế giới và lý tưởng hóa sự đời. Để làm được những điều trên, sao bạn không luyện con mắt thực tế, tận dụng lợi thế của ta và điểm yếu của người khác.

Bất kì ai cũng có một lợi thế nào đó, chỉ có điều người Việt thường đi theo thiên hướng của xã hội mà coi thường thiên kiến cá nhân cũng như coi thường lợi thế của cá nhân mình. Mà lợi thế rồi cũng có lúc tàn phai theo thời gian. Còn người khác thì đang thèm muốn lợi thế đó, nếu con người ta có thể chia sẻ lợi ích bẩm sinh của mình cho cộng đồng, ta sẽ tìm đúng vị trí của mình trong xã hội, tiến tới khẳng định địa vị của mình. Để khẳng định mình, ta chỉ có thể đi theo thiên kiến cá nhân chứ không nên đi theo thiên hướng của xã hội. Bên cạnh đó, bất kì ai cũng có điểm yếu của họ. Sao bạn không khéo léo lợi dụng yếu điểm của người khác để kiếm tiền.

Người Do Thái có nguyên tắc tưởng tượng, bay bổng để bắt đầu sự nghiệp. Còn trên đây là phương pháp thực tế để bắt đầu sự nghiệp. Nó trái ngược với phương pháp của người Do Thái. Nó tận dụng những cái thực tế dưới đất chứ không bay bổng trên trời như người Do Thái.

2   HỌC HỎI TỪ ĐỐI THỦ

Người Việt khuyên nhau nên học hỏi người Nhật, nhưng thực tế chúng ta học được rất ít từ người Nhật. Trên thế giới, có quốc gia duy nhất thành công khi học hỏi từ người nhật là Hàn Quốc. Nhưng có điều trớ trêu là người Hàn rất hận người Nhật.

Nếu tôi làm bóng đá Việt Nam, tôi sẽ học hỏi bóng đá Thái Lan chứ không phải nước khác. Học làm kinh tế, người Việt nên học người Trung Quốc. Học hỏi từ chính đối thủ sẽ khiến ta tiến bộ nhanh hơn. Vì sao. Không phải ngẫu nhiên, người ta là đối thủ của bạn. Người ta phải có những nét tương đồng và tương phản thì mới làm đối thủ của nhau được. Do có những nét tương đồng, việc học hỏi từ đối thủ sẽ khiến chúng ta tiếp thu nhanh hơn học từ người khác.

Người Do Thái có nguyên tắc về nguồn cảm hứng. Nó chỉ cho ta cách mô phỏng người khác để thành công. Còn trên đây là nguyên tắc học hỏi và thậm chí học hỏi từ chính đối thủ. SongTử có khả năng làm bạn với tất cả. Học hỏi từ nhiều nguồn ta sẽ được nhiều hơn là mất.

Nếu bạn xin lời khuyên từ một người thông minh, anh ta có thể tỏ ra thương hại và cho bạn một lời khuyên rất cao siêu, còn nếu bạn xin một lời khuyên từ một người bình thường, anh ta sẽ tỏ ra đồng cảm và cho bạn một lời khuyên rất thực tế.

Truyện tranh Doraemon của Nhật Bản thành công trong việc chinh phục cả trẻ em lẫn người lớn trên khắp thế giới là vì nó có nét bình dị, sát thực tế cuộc sống và nhờ áp dụng nguyên tắc này.

Người Việt thường lầm tưởng trí tuệ của mình hơn hẳn các dân tộc khác. Thực tế, trí tuệ người Việt chưa hẳn trội hơn các dân tộc khác. Có người nói đây là bất lợi còn tôi nói đây là lợi thế. Bình dị và thực tế, thực dụng, dễ thích nghi vốn là ưu điểm của người Việt. Vậy tại sao bạn không nâng tầm điều này lên thành lợi thế của người Việt khi chinh phục thế giới. Sản phẩm của chúng ta sẽ đồng cảm, uyển chuyển, linh hoạt, dễ thích nghi khi xâm nhập thị trường các nước. Nếu một người Nhật chế tạo xe hơi và bán ở Việt Nam, anh ta sẽ chế tạo một chiếc xe công nghệ cao. Tuy nhiên nếu một người Việt chế tạo một chiếc xe hơi bán ở Việt Nam, anh ta sẽ chế tạo một chiếc xe hơi đồng cảm với thực trạng giao thông ở Việt Nam. Chiếc xe đó sẽ có hệ thống tự động phanh khi phía trước có chướng ngại, có hệ thống định vị xem con đường nào không bị tắt đường và được thiết kế sao cho phình to ra khi đường rộng và thu nhỏ lại khi đường hẹp để phù hợp với các con đường ở Việt Nam.

Bản chất của việc chinh phục một người, một nhóm người, một cộng đồng là nói theo cách họ nói, làm theo cách họ làm, nghĩ theo cách họ nghĩ để biến đổi thành con người giống họ, tuy nhiên bên trong ta vẫn giữ một cái đầu độc lập, và dùng nó để khám phá xem họ cũng như " con người giống họ" trong ta đang thiếu thứ gì và đang cần thứ gì. Sau đó tìm cách đáp ứng nhu cầu đó.

Giữa lúc thế giới đang đua nhau sản xuất những thứ cao siêu thì những thứ sát thực tế, thực dụng, những thứ người ta cần nhất vẫn luôn hiệu quả và luôn có giá trị của nó.

Người Do Thái chỉ cho bạn nguyên tắc nâng cấp, ta chỉ việc nâng cấp những cái có sẵn với cách phù hợp hơn. Còn trên đây là nguyên tắc chinh phục, giữa lúc người ta chế tạo những cái cao siêu thì những cái thực tế, những cái người ta cần nhất vẫn luôn có giá trị của nó

4   THỎA HIỆP ĐỂ THAY ĐỔI.

So với những người thông minh ở những nước Âu Mỹ, người thông minh ở Việt Nam thường ít năng động hơn và trí tuệ của những người Việt thông minh này thường ít thực dụng hơn. Do đó Việt Nam sinh ra rất nhiều tiến sĩ giấy. Chúng ta cần thay đổi. Tuy nhiên nói thì dễ, làm mới khó.

Tôi có quen một anh chàng là giáo viên. Anh ta có ước mơ muốn thành lập trung tâm anh ngữ. Nhưng giờ anh ta cần phải đi xuất khẩu lao động sang nước ngoài. Điều này rất khó với anh ta. Một anh chàng thư sinh, chỉ biết cầm bút, bây giờ lại phải xa nhà, làm công việc chưa bao giờ làm. Vậy là anh ta thoả hiệp với chính mình: tạm thời phải gạt qua ước mơ trước mắt, gạt qua mọi thứ ở đây để chinh phục những cái mới trước đã, biết đâu nhiều cái tốt đẹp sẽ đến. nguyên tắc làm việc của anh ta là không chạy theo xu hướng của bạn bè. Tuy nhiên, khi thấy bạn bè ai cũng đi xuất khẩu lao động, anh ta cũng đành thoả hiệp với chính mình, tạm thời phải đi xuất khẩu lao động cái đã, sau này có đủ điều kiện sẽ tính tiếp. Thay đổi không hề dễ, muốn vậy, sao ta không thoả hiệp với chính mình.

Người Do Thái chỉ cho bạn nguyên tắc sống sót để tồn tại ở các giai đoạn khác nhau. Còn trên đây là nguyên tắc thỏa hiệp, nguyên tắc này giúp người ta sống còn ở bất cứ môi trường nào.

5 NGUYÊN TẮC CẠNH TRANH.

Gia Cát Lượng là bậc kì tài trong nghệ thuật này. Khi quân của ông ta bị Tư Mã Ý bắt làm tù binh. Gia Cát Lượng đặt mình vào địa vị của đối phương và nghĩ đối phương chắc chắn sẽ hỏi ra kho lương của ông ta ở đâu. Tình hình thực tế cho thấy, điểm yếu của cả hai bên là kho lương, nếu ai chiếm được kho lương của đối phương thì coi như thắng. Biết được như vậy thay vì chuyển kho lương, Gia Cát Lượng sử dụng trí tưởng tượng nghĩ mưu kế lừa Tư Mã Ý vào kho lương đó và đốt chết ông ta. Gia Cát Lượng thậm chí còn cố ý thả cho Tư Mã Ý bắt được tù binh và dặn tù binh nói rõ nơi giấu kho lương. Tư Mã Ý đã bị nhử vào tròng, chỉ có điều cơn mưa đã cứu thoát ông ta.

Khi Gia Cát Lượng đánh nhau với quân địch. Có lần ông xem qua tình hình thực tế và chắc chắn quân địch đang cài nội gián vào quân ông ta. Chuyện này là chuyện bình thường trong quân sự, bản thân ông ta cũng cài nội gián vào quân địch. Thay vì cố gắng tìm ra tên nội gián, ông đặt mình vào địa vị tên nội gián và biết rằng nếu ông ta ra lệnh 3 ngày nữa xuất quân, tin tức sẽ được tên nội gián truyền đến trại quân địch. Ông lợi dụng ham muốn luôn muốn biết tình hình quân địch của đối phương và hạ lệnh ba ngày nữa sẽ xuất quân. Tiếp đó ông sử dụng trí tưởng tượng và nghĩ ra mưu kế rằng ra lệnh 3 ngày nữa xuất quân nhưng lại xuất quân ngay đêm nay. Quả nhiên, khi ông hạ lệnh, tin tức được truyền tới trại quân địch. Quân địch tưởng 3 ngày nữa ông mới xuất quân nên không phòng bị. Đêm hôm đó, ông cho quân đánh chiếm được trại địch.

Để cạnh tranh sao bạn không tuân theo ba hành động. Xem qua tình hình thực tế xem tình hình buộc đối phương phải làm cái gì, đặt mình vào địa vị của đối phương để suy nghĩ xem đối phương đang nghĩ gì. Từ đó ta sẽ nhìn thấy suy nghĩ của đối phương và có thể xác định được đối phương sẽ làm những gì và đạt được mục tiêu nào. Tiếp đến lợi dụng ham muốn của đối phương để mê hoặc đối phương, sử dụng trí tưởng tượng để tưởng tượng ra ta sẽ hành động như thế nào mà đối phương không ngờ tới.

Người Do Thái có nguyên tắc của sự hiểu biết để giúp bạn nâng tầm hiểu biết của bạn lên. Còn trên đây là nguyên tắc cạnh tranh, nguyên tắc này sẽ nâng tầm tư duy của bạn lên

VI — THANH NIÊN VIỆT CÓ IQ CAO CẦN BIẾT ĐIỀU NÀY ĐỂ THÀNH CÔNG

ĐÁNH GIÁ CÔNG THỨC THÀNH CÔNG CỦA ADAM KHOO.

Trước tiên tôi mời những người Việt xem qua công thức thành công của Adam Khoo. Đầu tiên tôi muốn nói cái chưa đúng của Adam Khoo khi viết sách. Đó là anh ta không nên áp đặt cho ai một tính cách, một thói quen nào hết. Trong cuốn "làm chủ tư duy thay đổi vận mệnh" anh ta dạy người ta những tính cách, thói quen để thành công. Tuy nhiên bản chất của giáo dục là : chúng ta không thể dạy được ai, chỉ có thể phát hiện và phát huy những cái còn tiềm ẩn trong mỗi con người. Mỗi người có một quan điểm riêng, anh ta viết quan điểm của anh ta, người đọc cũng có quan điểm của riêng họ. Đó là lý do tại sao nhiều người đọc kiến thức của Adam Khoo và thấy nó rất uyên thâm nhưng không phải ai cũng muốn áp dụng và áp dụng một cách thành công.

ĐÁNH GIÁ CÔNG THỨC THÀNH CÔNG CỦA ADAM KHOO.

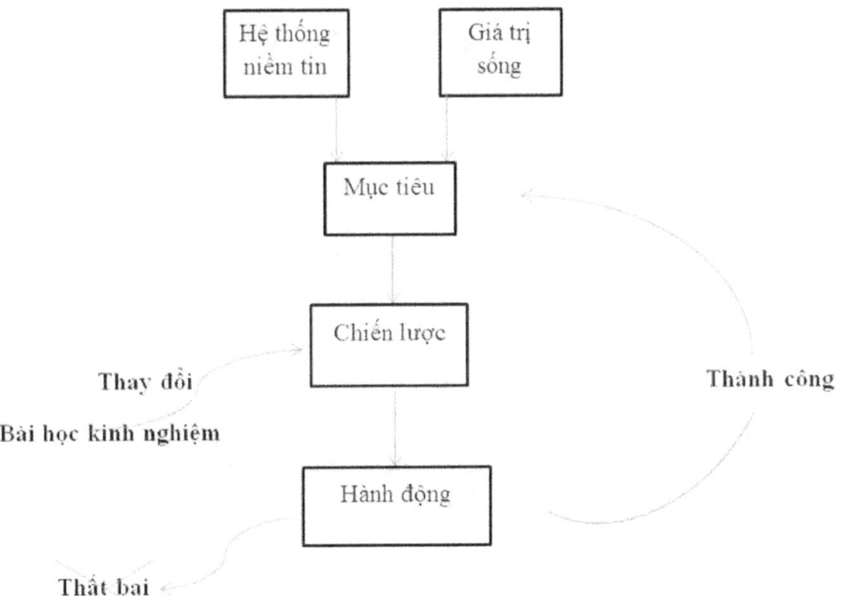

Công thức thành công này chưa xác đáng ở chỗ nào. Sao bạn không thử xem qua một số ý kiến của tôi.Theo hiệu ứng tâm lý Dunning và Kruler: người yếu kém thường đưa ra những nhận thức sai lầm, nhưng cũng vì thiếu năng lực nên họ không nhận thức được về những sai lầm đó. Người mới lập nghiệp thường có năng lực chưa cao, còn non nớt, còn kém và cũng vì có năng lực kém nên họ không ý thức được về sự yếu kém của mình. Khi đánh giá không đúng về năng lực của mình, họ không thể nghiên cứu ra những chiến lược đúng đắn được.

Bên cạnh đó, Dunning và Kruler cũng cho rằng: người yếu kém thường mang ảo tưởng tự tôn, đánh giá năng lực của họ trên mức trung bình, trên mức thực tế. Khi thành lập một công ty khởi nghiệp, rất nhiều người mang ảo tưởng tự tôn. Người mới lập nghiệp thường có năng lực chưa cao, còn kém, còn non nớt nên thường ảo tưởng tự tôn. Do đó họ thường đặt ra những mục tiêu quá cao so với khả năng. Mục tiêu quá cao, chiến lược no nớt và nhiều người khởi nghiệp thường thất bại

Nếu ta đặt một mục tiêu chủ quan nào đó rồi tin rằng "nỗ lực" và "cố gắng" sẽ đạt được, nhưng thưa bạn thực tế đã chứng minh "nỗ lực" và "cố gắng" không phải "phép thần kì" mà có thể biến tất cả mong ước của ta thành hiện thực.

Công thức này rõ ràng không phù hợp với người có năng lực yếu kém. Nó chỉ thích hợp khi người có năng lực yếu kém đặt mục tiêu nhỏ, nhưng như đã nói họ khó xác định được năng lực của mình đến đâu nên chưa thể nói mục tiêu của họ là nhỏ hay lớn.

Còn những người có năng lực cao, thì lại mang ảo tưởng tự ti khi đặt mục tiêu và đầy hoài nghi, do dự khi hành động. Công thức trên có phù hợp với họ hay không. Vấn đề của người có năng lực cao không phải là mục tiêu hay chiến

lược. Vấn đề là họ thiếu tự tin và sự thiếu tự tin này áp chế họ, và đôi khi trong nhiều trường hợp, sự hoài nghi và do dự khiến họ không biết chọn con đường nào, mục tiêu nào cho phù hợp. Họ có đủ năng lực để tạo ra chiến lược đúng đắn nhưng thường hoài nghi và do dự khi hành động. Công thức trên thực ra không cần thiết với họ. Sao họ không thử xem qua phương pháp của tôi ở phần sau.

> *Trong công thức trên, hệ thống niềm tin và giá trị sống có trước rồi mới đến mục tiêu và hành động. Nhưng hệ thống niềm tin chỉ có khi con người có được một số hành động, trải nghiệm nhất định, có được một số thành công nhất định. Còn nếu chưa hành động mà đã tự tin, rất có thể đây là ảo tưởng tự tôn. Hệ thống niềm tin do bạn tự áp đặt cho bản thân mình (theo quan điểm của công thức trên) trong nhiều trường hợp chưa thể xác đáng.*

Yếu tố thứ hai là giá trị sống. Thưa bạn, nhiều khi con người ta chưa biết rõ giá trị sống, cái mình thực sự muốn bên trong tâm hồn là gì. Việc bạn muốn gì nhiều khi đó chỉ là bề nổi của cái bạn thực sự muốn. Con người ta cũng không nên áp đặt một giá trị sống mới nào vào chính mình cũng không nên thay đổi giá trị sống của mình(theo quan điểm của công thức trên) mà nên tìm giá trị sống đích thực ẩn trong con người mình. Vì cái con người ta muốn khác với cái con người ta muốn thực sự. Cái con người ta muốn thường bị tác động bởi những thiên kiến của xã hội, lòng tham, sự thiếu thốn thứ gì đó trước mắt và nó có thể chỉ là biểu hiện bề ngoài của cái người ta muốn thực sự.

Sao bạn không tìm ra cái bạn muốn thực sự và tìm ra chiến lược phù hợp nhất với nó. Bạn có thể muốn có một cái "danh" nào đó giữa tập thể nhưng nhiều khi cái bạn thực sự muốn chỉ là được người xung quanh thừa nhận. Nếu bạn muốn có một danh hiệu nào giữa tập thể, nói đúng hơn giá trị sống của bạn là muốn mình có danh phận, bạn sẽ đặt mục tiêu là "thành công". Nhưng điều bạn thực sự muốn lại là muốn được người xung quanh thừa nhận, vậy chiến lược đúng nhất là nên giúp đỡ người xung quanh. Nếu bạn vẫn chưa cảm nhận chính xác giá trị sống của mình thì sao bạn không hình thành hệ thống niềm tin trước đã.

Theo cuốn "làm chủ tư duy thay đổi vận mệnh", trong chương cuối, cuốn "làm chủ tư duy thay đổi vận mệnh"dạy người ta cách thiết kế vận mệnh. Việc thiết kế vận mệnh chỉ dành cho người muốn vận mệnh của mình hoàn hảo. Sự hoàn hảo khó tạo nên sự đột biến. Nhiều khi bạn cực khổ 65 năm, rồi đên năm 65 tuôi, cuộc đời bạn đột biến và có nhiều khởi sắc như người sáng lập KFC. Thiết kế vận mệnh chỉ dành cho những người muốn vận mệnh mình hoàn hảo. Đó là hành động của người coi mình cái rốn của vũ trụ.

Công thức thành công của Adam Khoo không phù hợp với người Việt. Hơn nữa anh ta lại áp đặt cho người đọc một công thức thành công. Công thức đó chỉ dành cho những ai hiếu thắng, đưa ra mục tiêu là phải đạt được mục tiêu cho bằng được mà chưa hiểu được rằng chiến thắng chính mình trước đã rồi hãy chinh phục mục tiêu. Nhiều người ưa mơ mộng, lý tưởng hóa sự đời, nên đặt mục tiêu cao. Nhiều người muốn mọi thứ hoàn hảo nên sa lầy vào việc nghiên cứu chiến lược, nhưng rất thiếu thực tế khi hành động.

Số phận không ngẫu nhiên mà được lập trình trong tính cách của bạn. Nó sẽ dần dần rõ ràng hơn theo thời gian và qua từng hành động của bạn. Con người ta không thể lập trình số phận cho riêng mình. Ta không thể cưỡng lại nó mà chỉ có thể đi theo nó, tuy nhiên bạn có thể biến nó trở nên tuyệt vời. Ai cũng biết quy luật tự nhiên của cuộc đời là

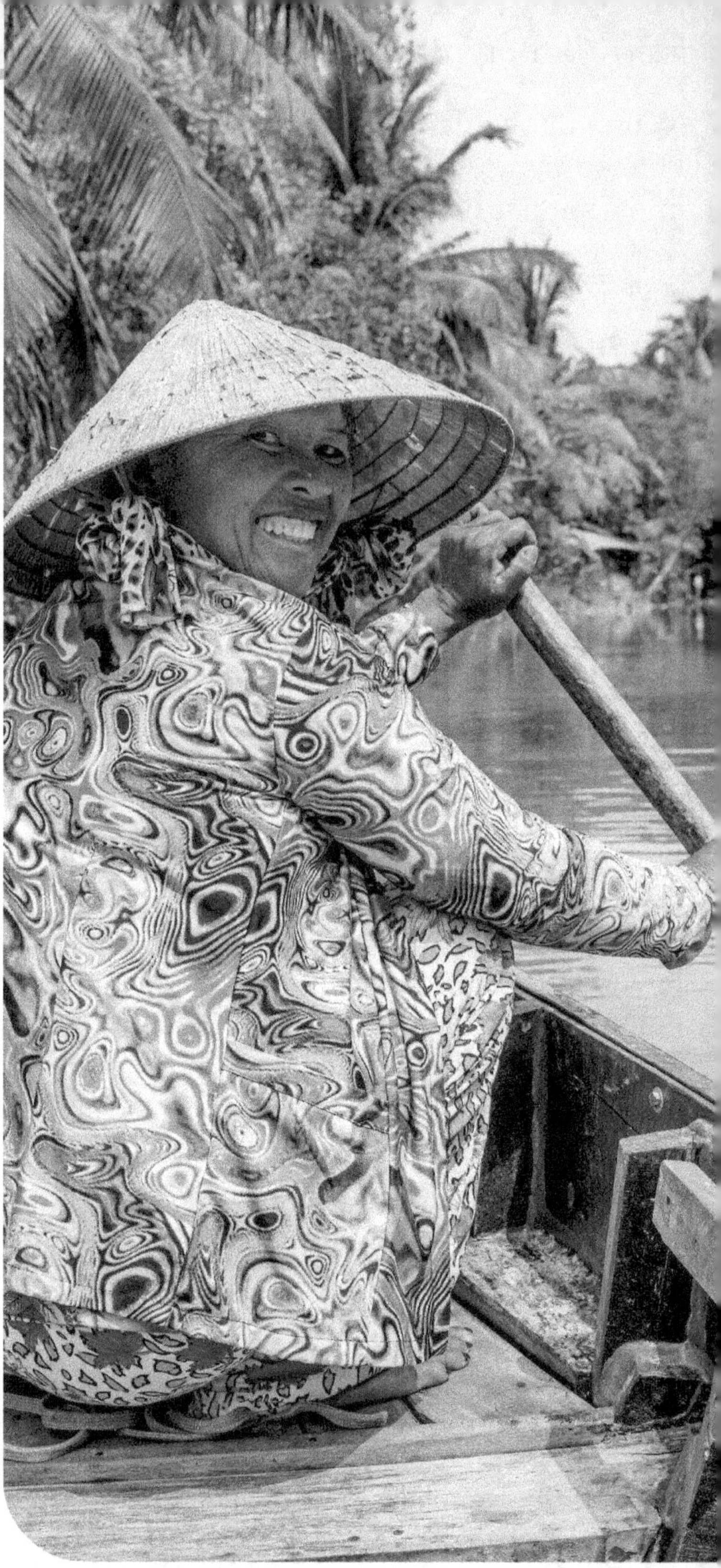

QUY LUẬT TỰ NHIÊN CỦA CUỘC ĐỜI.

Hành động → Thói quen → Tính cách → .Số phận

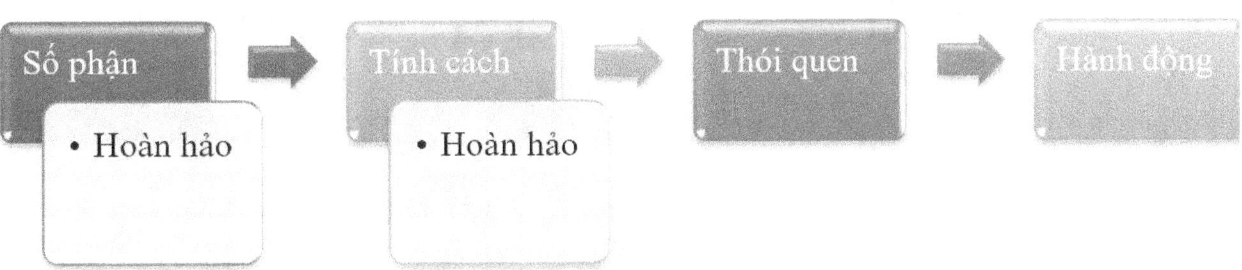

> *Một con người thông minh, có năng lực cao thường nghĩ mình là đặc biệt, là cái rốn của vũ trụ. Họ thường rơi vào cái bẫy kiêu ngạo ngầm, nghĩ mình là trung tâm. Chính vì nghĩ mình là cái rốn của vũ trụ, nên họ thường đề cao số phận của mình và thường đi theo quy trình này.*

QUY LUẬT CUỘC ĐỜI CỦA NGƯỜI MUỐN LÝ TƯỞNG HÓA SỰ ĐỜI.

KHI TRÍ TUỆ VÀ SỐ PHẬN GIAO CHIẾN VỚI NHAU, NẾU TRÍ TUỆ CÓ GAN DÁM LÀM DÁM CHỊU THÌ SỐ PHẬN SẼ KHÔNG CÓ CƠ HỘI XÔ NGÃ NÓ.

SHAKESPEARE (ANH)

Một số người thông minh ở Việt Nam nhưng thụ động, thường ảo tưởng vĩ cuồng về bản thân, muốn có số phận hoàn hảo và thường sợ sai. Mọi hành động của họ phải tuân theo một quy luật là làm sao cho số phận của họ hoàn hảo và vì vậy họ sợ sai. Sự sợ sai khiến hành động của họ chẳng có gì đột biến cả. Họ thường mắc chứng mê công danh, cuồng địa vị để ra oai với thiên hạ, muốn số phận của họ nổi trội hơn người. Nhưng vì không có hành động gì đột biến cả nên số phận của họ chỉ hoàn hảo trong con mắt của họ mà thôi. Trí tuệ của họ mãi vẫn là trí tuệ đơn thuần, đúng hơn là trí tuệ chết. Chắc chắn một lúc nào đó, khi những lý tưởng và giấc mơ tan vỡ, những người thông minh này sẽ thất vọng nặng nề và đau khổ.

	Người thông minh ở Việt Nam	Người thông minh các nước phát triển
Xem mình là	(ví dụ như tôi chẳng hạn) đặc biệt, là cái rốn của vũ trụ, là con ông trời	Nổi trội, hơn người
Thái độ về cuộc đời	Lý tưởng hóa sự đời, muốn cuộc đời mình hoàn hảo. Dĩ nhiên họ thường cảm thấy thất vọng và đau khổ nếu cuộc đời mình không hoàn hảo, lý tưởng và giấc mơ của mình tan vỡ	Có óc thực tế về bản thân và số phận.
Chinh phục số phận, chinh phục thế giới xung quanh, khám phá cuộc đời, tưởng tượng, trải nghiệm những điều mới mẻ.		
Xem trọng	Tri thức	Trí tuệ và hành động
Thái độ với thế giới xung quanh	(ví dụ như tôi chẳng hạn) Vừa xem mình không đáng một xu, vừa đánh giá mình cao hơn thế giới xung quanh một bậc,.	
Lầm tường người đời cười cợt mình nếu mình làm sai và trèo cao, té đau.		
	Làm những việc có thể làm để chinh phục thế giới xung quanh, giúp đời để khẳng định giá trị của mình.	
Trí tuệ	(ví dụ như tôi chẳng hạn) Tuy họ thông minh nhưng họ mang trí tuệ chết của một nho sinh	Trí tuệ sống, hoạt động, chế tạo, mang lại lợi ích cho đời.
Sùng bái	Sùng bái tri thức và thành tựu của người khác, của các nước khác	Không sùng bái tri thức và thành tựu của người khác vì tri thức và thành tựu của người khác là kết quả của trí tuệ và hành động của người khác. Họ không sùng bái trí tuệ và hành động của người khác
Khẳng định mình bằng	Thường mắc chứng mê công danh, cuồng địa vị, cuồng bằng cấp để ra oai với thiên hạ.	
Do đó thường khẳng định mình bằng bằng cấp, địa vị. Như vậy vừa giữ được cảm giác hơn người, vừa để che đậy sự mặc cảm bản thân.	Thành tựu giúp đời	
Hệ quả sau cùng	Khi những lý tưởng và giấc mơ tan vỡ, mỗi bạn trẻ thông minh Việt Nam thường thất vọng nặng nề và đau khổ.	

Trong thời bình, người quá đề cao số mệnh của mình cũng khó có thể vượt hơn chính mình và chiến thắng số mệnh của mình. Một số người thông minh thường tự ti trước thế giới xung quanh. Một biểu hiện thua kém người xung quanh một chút cũng sẽ trở thành nguyên nhân khiến họ buồn rầu nghĩ mình không bằng ai. Napoleon là nhân vật thông minh kiệt xuất, và dĩ nhiên ông ta tự ti trước thế giới và xem mình không đáng một xu. Thân hình nhỏ bé của ông ta chỉ là nguyên nhân biểu kiến, tức là nguyên nhân bề ngoài khiến ông ta tự ti. Tuy nhiên ông ta đã chứng tỏ giá trị của mình bằng cách chinh phục thế giới, khiến cả thế giới phải ngước nhìn ông ta.

Vậy người thông minh ở Việt Nam có thể biến số phận của mình trở nên tuyệt vời hay không. Con người là yếu tố tạo nên công ty, nên số phận của công ty cũng giống như số phận của một con người. Chúng ta không nên có suy nghĩ là có thể điều khiển số phận của công ty mình. Nhiều công ty lớn vẫn chịu sự chi phối của thị trường, của ngân hàng chứ đâu phải theo ý chúng ta. Thay vì điều khiển số phận của công ty, sao ta không biến số phận của nó trở nên tuyệt vời. Số phận của con người cũng tương tự. Mời bạn đọc tiếp

Ở Việt Nam, nhiều người mở công ty thường xem mình là hơn người, là đặc biệt, lý tưởng hoá sự đời. Họ muốn cuộc đời của họ là đặc biệt và số phận của công ty họ cũng đặc biệt nên thường theo quy trình sau:

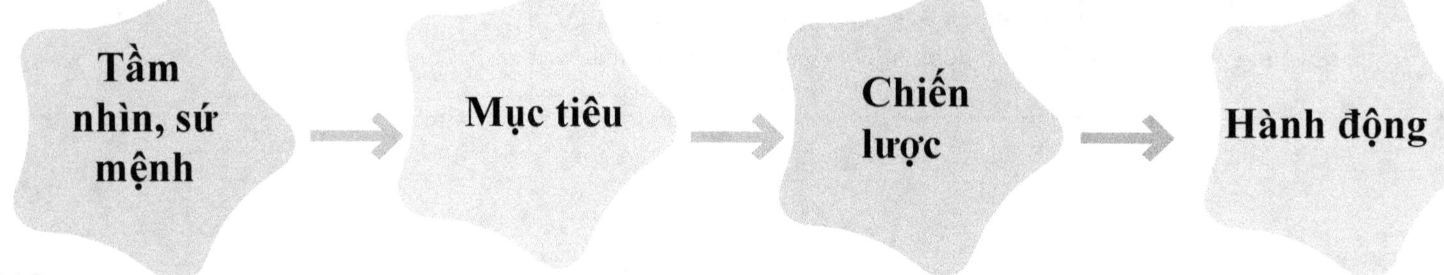

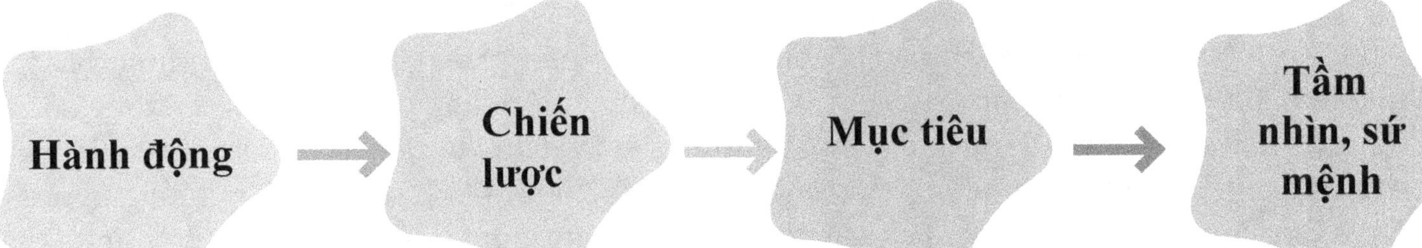

Chúng ta cứ làm việc cần làm, việc có thể làm rồi việc cần làm… kế hoạch ít mà hành động nhiều sẽ tốt hơn. Chúng ta cần sáng tạo ra chiến lược, đừng sa lầy vào việc nghiên cứu nó.

Chúng ta nên tìm hiểu, khám phá, và học hỏi chứ đừng sa lầy vào việc phân tích, nghiên cứu chiến lược. Chỉ khi đó ta mới tạo ra những sự đột phá, độc đáo được.

> *Đối với số phận con người, chúng ta cũng không nên nghiên cứu chiến lược hay thiết kế một số phận hoàn hảo, thay vào đó, chúng ta nên có những hành động đột phá, để khiến số phận trở nên tuyệt vời. Ta không nên sa lầy vào việc phân tích mình nên làm gì, thay vào đó ta nên khám phá, học hỏi và trải nghiệm để tìm những điều mới mẻ. Sao bạn không thử thách bản thân trong những hoàn cảnh mới, tin tưởng vào bản thân để thử thách những giới hạn của mình, thay đổi nhận thức, đổi mới tư duy, chiến thắng tính cách, ngay khi còn chưa đến tuổi trưởng thành. Ngay khi bạn chưa đến tuổi trưởng thành, hệ thống niềm tin của bạn sẽ hình thành khi mà bạn đã có được một số trải nghiệm nhất định, có được một số thành công nhất định.*

Để thay đổi nhận thức sao bạn không đặt câu hỏi thật nhiều và suy nghĩ thật nhiều, muốn đổi mới tư duy sao bạn không học hỏi và rèn luyện thật nhiều. Là một người thông minh, bạn sẽ tiếp thu nhanh hơn người bình thường. Trong khi người khác còn đang mải miết ham chơi thì bạn đang chuẩn bị những tố chất cho riêng mình. Khi bước vào đời, khi người khác chỉ là nai vàng ngơ ngác thì bạn đã hành động để chiến thắng thực tại, chinh phục thế giới xung quanh.

Để đưa số phận của một công ty lên đỉnh, công ty đó chỉ có thể mượn trí và lực của người khác.

Để đưa số phận của bạn lên đỉnh, các mối quan hệ cũng rất cần thiết.

NHỮNG LƯU Ý ĐỂ TĂNG EQ CHO THANH NIÊN VIỆT

Khoa học chứng minh lý trí của bạn có thể ham muốn thành công nhưng cảm xúc mới thực sự đưa bạn đến thành công. Giống như một người đàn ông muốn thành công, nhưng con của anh ta thì luôn muốn khám phá, học hỏi, năng động, sáng tạo. chính tố chất của đứa trẻ này mới đưa đến thành công được. do đó chúng ta cần trở về thành những đứa trẻ, giải thoát tâm hồn để có giải phòng EQ của chúng ta. Các bạn trẻ Việt đừng nên giải phòng tâm hồn mình bằng bia rượu nữa. Trong phần này tôi sẽ hướng dẫn bạn giải thoát tư duy, giải thoát tâm hồn và làm giàu. Đa số người Việt, thường lầm tưởng người đời cười cợt mình khi mình thể hiện mình, khẳng định mình, lầm tưởng rằng người thành công thường tự tin ngay bước đầu, lầm tưởng rằng trí tuệ học cao hiểu rộng có thể giúp họ khẳng định mình trong xã hội này.

Khoa học tâm lý đã chứng minh, trong bất cứ môi trường nào, nếu con người ta không thể khẳng định được mình, người ta dễ dàng sa đà vào hưởng thụ hoặc dễ sa ngã, hư hỏng. Bản thân tôi sống trong xã hội Việt Nam, do không khẳng định được mình mà thường sa đà vào vui chơi ăn nhậu. Nhiều đứa trẻ Việt Nam vì không khẳng định được mình ở trường học nên dễ sa đà vào game hoặc dễ sa ngã, hư hỏng. Một bộ phận người trưởng thành ở Việt Nam vì không muốn khẳng định mình hoặc không thể khẳng định được mình ở môi trường xã hội nên thường dễ sa đà vào hưởng thụ, nhậu nhẹt hoặc dễ sa ngã vào những công việc làm ăn phi chính thống. Sao bạn không thử xem qua phương pháp khẳng định mình và làm giàu cho tất cả mọi người Việt mà tôi đề xuất dưới đây. Để làm được điều này, dễ lắm. Sao bạn không thử xem qua một số ý kiến sau:

Bản chất lối sống của thành thị là thương nghiệp, vậy mà bản chất của mỗi con người Việt(giống như tôi chẳng hạn) vẫn là bản chất của nông dân, của nho sinh. Tôi có nguồn gốc từ nông dân, muốn ra thành thị để đổi đời, thì tôi cần phải thay đổi tính cách từ một nông dân sang một thương nhân. Vậy mà khi ra thành phố tôi lại đi mua sắm (xe máy đắt tiền, điện thoại thông minh, tỏ ra phóng thoáng trong chi tiêu) để có cái mã bên ngoài là dân thành thị. Nhưng những cái mã bên ngoài không thể che đậy sự trống rỗng bên trong. Bạn cứ tưởng tượng một cái nhiệt kế, nếu bên trong là -10 độ, bên ngoài sẽ là +10 độ, chỉ khi cân bằng ở mức 0 độ, tôi mới cảm thấy mình là người thành thị. Nếu bạn cũng có nguồn gốc từ nông dân như tôi, sao bạn không rút kinh nghiệm từ tôi, thay đổi từ ngay bên trong.

Người Do Thái thường nói: tiền và tình không có gì nhơ nhuốc, kiếm tiền và theo đuổi nữ sắc đều hợp lý.

Thực tế đã chứng minh để làm giàu và khẳng định mình trong môi trường kinh tế thị trường hiện nay, con người ta cần năng động làm việc lớn. Con người ta chỉ năng động khi còn là trẻ thơ, càng lớn, người ta càng ít năng động. Vì càng lớn, suy nghĩ và cá tính có ý thức hình thành, cái tôi hình thành, sĩ diện hình thành. Vậy để khẳng định mình và làm giàu trong xã hội kinh tế thị trường, sao con người ta, trở về với bản năng gốc của mình.

Khi lớn lên, chỉ có một thời điểm, người ta phải trở về với bản năng gốc, đó là lúc con người ta phải sinh sản, duy trì nòi giống. Khi đó con người ta phải tạm thời gạt sĩ diện trước mắt qua một bên và thỏa hiệp với cái tôi trước mắt của mình(thậm chí thoát ra khỏi vỏ bọc của cái tôi), xóa bỏ tính tự mãn, sự thiếu tự tin và sợ sai để tâm hồn tự do bay bổng. Vậy để trở về với bản năng gốc và làm giàu, sao con người ta không khoan dung bản thân hơn, tạm thời gác sĩ diện trước mắt qua một bên và thỏa hiệp với cái tôi trước mắt của mình, xóa bỏ tính tự mãn, sự thiếu tự tin và sợ sai để tâm trí tự do bay bổng, làm việc để làm giàu. Vậy mà nhiều người Việt nghèo vẫn thường để những suy nghĩ có ý thức này chi phối.

Người giàu thường thông thoáng hơn. Họ không để suy nghĩ có ý thức đó điều khiển. Nói như vậy, không có nghĩa là họ không có ý thức, không hiểu chuyện. Socrates đã nói: " Tôi chỉ biết mỗi một điều duy nhất là tôi không biết gì cả." Khi con người ta nhìn đời bằng con mắt của một đứa trẻ, vô tư, không biết gì cả, muốn khám phá, muốn chinh phục, muốn trải nghiệm, con người ta mới có thể tự do bay bổng hành động và làm giàu.

Người Do Thái thường nói: miễn sao ta không vi phạm chuẩn mực đạo đức, "Tiền" và "tình" không có gì nhơ nhuốc cả. Chẳng những vậy nó còn là hai thứ không thể thay thế trong sự phát triển của giống nòi và xã hội. Khi con người ta theo đuổi nữ sắc mà cứ ngại ngùng, sợ sệt, sợ người ta cười cợt mình, sợ sai, thiếu tự tin thì sao có thể theo đuổi nữ sắc. Chỉ khi ta trở về với bản năng gốc và vượt qua những suy nghĩ có ý thức trên ta mới có thể tự do theo đuổi nữ sắc. Việc kiếm tiền cũng như việc theo đuổi nữ sắc vậy. Nếu ta cứ ngại ngùng, sợ sai, sợ người ta cười cợt mình, thiếu tự tin thì làm sao có thể tự do kiếm tiền.

Trước kia nếu tôi hiểu được rằng : "miễn sao không vi phạm chuẩn mực đạo đức, kiếm tiền bằng bất kì hình thức nào cũng giống như theo đuổi nữ sắc đều hoàn toàn không có gì nhơ nhuốc cả", thì tôi đã có thể khẳng định được mình trong xã hội này. Trở ngại đối với việc

Sao người Việt chúng ta không thử xem qua một câu chuyện. Có một thương nhân hỏi các con của mình rằng : mục tiêu của các con như thế nào. Người con thứ nhất trả lời là con muốn trở thành người giàu nhất vùng, người con thứ hai trả lời là con muốn làm tỷ phú, người con thứ ba trả lời là con muốn trở thành người buôn bán giỏi hơn cả cha. Người cha trả lời với đứa con thứ nhất: nếu con cuồng địa vị như vậy, con nên đi làm quan chứ không nên đi làm giàu vì người làm giàu không trọng cái danh, không muốn ra oai với thiên hạ, mà chỉ trọng cái thực. Người cha trả lời với đứa con thứ hai: mục tiêu của con vẫn còn tầm thường vì quá trọng cái lợi, chưa giữ được tâm thế bình thường trước tiền bạc, cái lợi sẽ làm cái trí con tối tăm. Người cha nói với đứa con thứ ba: mục tiêu của con rất đúng đắn vì nó đề cao thực tài hơn danh và lợi và nó rất thực tế vì cha có thể dạy con buôn bán **ngay bây giờ**

khẳng định mình làm giàu không phải là không đủ sức lực để làm. Một trong những trở ngại đối với tôi trước kia là chưa trở về với bản năng gốc vì chưa xóa bỏ những suy nghĩ có ý thức như: kiêu ngạo ngầm, nghĩ mình là trung tâm, khiến tôi trước kia, cũng như mỗi người Việt thông minh nhưng còn mang nặng tư chất nho sinh, thường khinh việc nhỏ, ghét việc bình thường. Sao người Việt không rút được kinh nghiệm từ thói kiêu ngạo, thói sĩ diện hão của tôi để từ bỏ những suy nghĩ có ý thức như trên, để bắt đầu tự do, bay bổng hành động, làm giàu từ tay trắng.

Ngày nay, ví như tôi chẳng hạn, nhiều bạn trẻ Việt còn mang nặng tư tưởng làm quan vào trong việc làm giàu, muốn làm giàu để làm cha mẹ thiên hạ, để ra oai với thiên hạ. Có chí làm quan, có gan làm giàu. Người mang tư tưởng làm quan thường có chí lớn, nhưng mang nặng tư tưởng công danh, muốn có địa vị xã hội để làm cha mẹ thiên hạ, bên cạnh đó họ thường mang tâm lý vĩ cuồng về bản thân mình nên chỉ thích việc sạch sẽ chứ không thích việc chân lấm tay bùn. Người đủ tư chất làm giàu thực sự, thường không mê công danh, không cuồng địa vị, giữ được tâm thế bình thường trước cái lợi và chỉ trọng cái thực. Họ rất thực tế, bắt đầu từ những việc có thể làm ngay bây giờ. Một hành động thực tế có thể làm sẽ dẫn đến một hành động thực tế khác. Những hành động thực tế thường tiếp nối, và tiếp diễn như vậy. Và ta sẽ vượt hơn và vượt xa những gì sẵn có lúc nào không hay. Thành công thường đến với họ lúc nào không hay.

Công danh- địa vị thường khiến người ta ảo tưởng vĩ cuồng. Cái lợi cũng thường làm cái trí tối tăm. Người non nớt thường không giữ được tâm thế bình thường trước công danh- địa vị, một bộ phận ghê sợ nó, coi nó là nguồn gốc của mọi đau khổ, một bộ phận khác thèm khát nó, tìm mọi cách để có nó. Người thiếu thông minh thường không giữ được tâm thế bình thường trước đồng tiền, một bộ phận có thái độ kinh tởm đồng tiền, một bộ phận khác lại quá coi trọng đồng tiền và vô cùng đau buồn khi đánh mất nó.

Người bản lĩnh thực sự thường xem công danh chỉ là những chiếc mũ trang trí. Nó không quan trọng bằng cái đầu của con người, tức là trí tuệ của con người. Như vậy họ sẽ ung dung, không hoảng loạn trên con đường đầy thử thách, không áp lực, không lầm tưởng người đời cười cợt mình nếu mình làm sai. Người thông minh thường có tư duy lớn và thường xem tiền là thứ rất bình thường, chẳng khác giấy và đá. Như

vậy, họ rất ung dung, không hoảng loạn trên thương trường sóng gió và không sợ khi người đời cười cợt mình. Họ xem việc kiếm tiền chỉ là trò chơi nguy hiểm nhưng thú vị. Họ phải dùng mọi mưu kế, không ngừng đọ sức với đối thủ và kết quả của nó rất có ý nghĩa. Họ không thích tiêu tiền, không thích vila, xe hơi mà chỉ thích cảm giác thú vị khi chơi trò chơi kiếm tiền này.

> *Một tờ năm trăm ngàn mới toanh hay bị giẫm nát hoặc dơ bẩn thì giá trị của nó vẫn không đổi. Không có nghề nào nhơ nhuốc cả, bất cứ nghề gì cũng có thể làm giàu được. Do đó dù là làm ăn nhỏ hay làm ăn lớn, làm ăn với bất kì ai, trong bất cứ lĩnh vực gì chúng ta có nên bỏ qua để kiếm tiền hay không. Cá nhân tôi nghĩ bạn sẽ trả lời là không.*

Một kế toán làm việc trong phòng máy lạnh được con người ta tôn trọng hơn một người bán bún ở vỉa hè. Một người bán bún ngay từ khi còn trẻ, khi về già có đủ tiền mua một khách sạn và thuê vài kế toán làm việc cho mình. Tiền cũng giống như phụ nữ. Để có được phụ nữ, đôi khi con người ta phải chiến thắng tính sĩ diện trước mắt. Để có được tiền, đôi khi con người ta cũng nên chiến thắng tính sĩ diện và cái tôi trước mắt. Khi đó, con người ta sẽ thanh thoát, thoải mái và không bị người xung quanh gò bó. Trước kia nếu tôi không lầm tưởng người đời sẽ cười cợt mình nếu mình chịu khó nhìn xuống chân(ngay ở địa phương, ngay ở xung quanh chúng ta), để tìm ra vô số phương thức làm giàu ngay xung quanh tôi thì có lẽ bây giờ tôi đã làm giàu và khẳng định mình. Nhiều người Việt, kể cả những người Việt thông minh nhất cũng thường lầm tưởng người đời sẽ cười cợt mình nếu mình làm việc việc nặng, việc chân lắm tay bùn, và vì tính sĩ diện từ đó chỉ thích việc nhàn hạ, sạch sẽ. Người có lòng tự trọng chỉ sợ thẹn với lòng, không sợ thẹn với người xung quanh.

Tiền giống như nữ sắc, lần đầu tìm kiếm nó thì sợ người ta cười cợt, sợ sai, thiếu tự tin, lần thứ hai đỡ sợ hơn, lần thứ ba thì bình thường. Chú hổ Nam trong câu chuyện ở chương hai chỉ bắt đầu tin bản thân mình sau khi đã có một số trải nghiệm nhất định, có một số thành công nhất định. Nếu một con chó sói chắc chắn nó sẽ không ngần ngại lao đến cắn chết lừa vì chó sói ngu ngốc hơn hổ. Hệ thống niềm tin của một người chỉ hình thành sau khi con người ta đã có một số trải nghiệm nhất định, có một số thành công nhất định. Con người ta không ai tự tin ngay bước đầu. Người tự tin ngay từ bước đầu thường là người ngu ngốc, không có tài năng và thường gặp thất bại.

Nếu trước kia tôi khám phá ra rằng: "có ý tưởng độc đáo mà không dám thực thi là tự mình khinh mình" thì tôi đã phát huy được bao nhiêu ý tưởng trong đầu. Nếu người Việt có ý tưởng độc đáo, có một khả năng thiên bẩm nào đó, sao bạn không rút kinh nghiệm từ tôi, làm ngay những việc có thể làm, và dấn thân thật nhanh. Dùng dằng, ngần ngại thường là biểu hiện của một ý chí bạc nhược. Thực tế cũng chứng minh người có năng khiếu bẩm sinh, có ý tưởng độc đáo ít khi thất bại, nhưng họ chỉ sợ mắc những sai lầm nhỏ, và lầm tưởng người đời cười cợt mình vì những sai lầm đó.

Một trong những trở ngại nữa đối việc khẳng định mình của mỗi con người Việt là sự thiếu tự tin của mỗi con người Việt khi thể hiện năng khiếu bẩm sinh, ý tưởng của riêng mình. Để vượt qua điều này, dễ lắm. Thực ra so với người phương Tây, người Việt ai cũng thiếu tự tin khi thể hiện năng khiếu bẩm sinh, ý tưởng của riêng mình, không riêng gì bạn. Khi bạn mắc sai lầm, người ta thường có cái nhìn vô tội với bạn vì một kẻ yếu nhược thường có cái nhìn vô tội với một kẻ yếu nhược khác. Cảm giác bị người đời cười cợt thực ra chỉ là lầm tưởng.

Tôi đã nhận ra xã hội kinh tế thị trường là một xã hội thực tế, tôi cần đức tính thực dụng. Người thực dụng là người biết xóa bỏ thói quen lý tưởng hóa sự đời, tính hiếu danh, thói quen sợ sai và thói quen nghĩ mình là trung tâm để suy nghĩ và tâm hồn của mình có thể tự do làm những điều mình muốn. Khi con người ta trở về với bản năng gốc giống như một đứa trẻ, nhìn đời một cách vô tư, không biết gì cả, muốn khám phá và chinh phục, con người ta mới có thể tự do bay bổng để làm giàu và tồn tại trong nền kinh tế thị trường.

CÓ THỂ MỖI NGƯỜI VIỆT CHƯA NHẬN RA:

<table>
<tr><td>Tự thỏa mãn</td><td>theo thời gian →</td><td>Tự mãn</td></tr>
</table>

Con người ta có thể thừa hưởng một tài sản nào đấy nhưng nếu tự mãn đến cuối đời người ta có thể trở lại thành người nghèo, con người ta có thể may mắn trúng xổ số nhưng nếu tự mãn và không biết cách người đó sẽ mất trắng, con người ta có thể có được thành tựu kha khá nào đấy nhưng nếu tự mãn không muốn làm thêm người ta có thể bắt đầu đi xuống. Huống hồ một người Việt bình dân, trong tay chỉ có một ít tài sản, mà cũng "tự thỏa mãn" với những gì mình đang có thì sớm muộn cũng gặp cảnh trắng tay trong lối sống thành thị ngày nay. Người Việt hay có các triết lý sống như "vừa đủ, vừa phải", "lắm thóc nhọc xay", tính "tự thỏa mãn" này và tâm lý thích đi theo lối mòn có sẵn là không tốt nơi thành thị. Sao bạn không rút kinh nghiệm từ thất bại của tôi, tiếp tục lang thang, tìm kiếm những trải nghiệm mới mẻ khác, thay vì đi theo lối mòn có sẵn. Sao bạn không tiếp tục làm những việc có thể làm tiếp theo để cuộc sống

ung dung, để những gì ta đang có tồn tại lâu bên bạn. Con người ta có nên mãi đắm chìm trong sự thoải mái với những gì mình đang có hay không. Cá nhân tôi nghĩ bạn sẽ trả lời là không. Một trong những trở ngại đối với việc làm giàu và khẳng định mình của mỗi con người Việt cả người giàu lẫn người bình dân là tính tự mãn(ví như tôi chẳng hạn) của mỗi con người Việt, với những gì mình đang có và tâm lý thích đi theo lối mòn có sẵn(đặc biệt là các bạn trẻ).

Công danh- địa vị chỉ khiến người ta ảo tưởng vĩ cuồng, nhưng tâm lý nặng về công danh- địa vị đã ăn sâu vào tâm thức người Việt. Nó được hình thành ngay từ thời xưa, khi người ta học để đi thi(để có công danh), làm quan(để có địa vị xã hội). Ngày nay, cũng giống như tôi, học sinh Việt Nam vẫn theo nếp xưa, cố gắng học để đi thi(để có công danh) và cố gắng có địa vị xã hội. Học cao hiểu rộng là tốt nhưng:

Trí tuệ học cao hiểu rộng
≈
Trí tuệ chết

Học cao hiểu rộng là một chuyện, còn phải biết tư duy, khám phá, sáng tạo, nếu không thì sẽ biến thành tiến sĩ giấy. Trước kia tôi thường xem việc học là tất cả chứ không phải việc kiếm tiền là tất cả. Nhưng việc khẳng định mình bằng thành tích học tập thường chỉ làm cho tôi tự phụ. Việc trí tuệ không được rèn luyện qua những thử thách thực sự mà chỉ được rèn luyện quá các bài thi thì trí tuệ đó vẫn còn là trí tuệ đơn thuần. Bên cạnh đó việc được người xung quanh tôn vinh nhờ vào thành tích học tập chỉ làm cho tôi càng thêm ảo tưởng vĩ cuồng khi đánh giá về bản thân mình và sau khi ra trường, tôi thường mê công danh, cuồng địa vị, muốn

xã hội cho mình một vị trí xứng đáng thay vì tìm cách đem lại lợi ích cho xã hội. Chỉ khi tôi khẳng định mình bằng thành tích trên thương trường, tôi mới có những trải nghiệm quý báu, và không ngừng đi lên. Mỗi con người Việt, kể cả những người Việt thông minh cũng thường lầm tưởng rằng trí tuệ học cao hiểu rộng là trên hết và thường lấy việc học để khẳng định trí tuệ của mình.

Sao người Việt ta không rút kinh nghiệm từ tôi và nhận ra rằng trí tuệ đem lại lợi ích cho người khác mới là trí tuệ thực sự. Mà đem lại lợi ích cho người khác thì cũng phần nào đó tạo ra tiền, của cải. Nó là trí tuệ sống vì nó vận dụng nhiều kĩ xảo tư duy kết hợp với hành động. Khi có nhiều hành động và trải nghiệm, bạn chắc chắn có cơ hội để rèn luyện nhân cách để bớt tự phụ và có cơ hội để học hỏi, suy nghĩ để nâng cao nhận thức cũng như học hỏi, rèn luyện để nâng cao tư duy. Trí tuệ dựa trên tiêu chí đọc nhiều học rộng chỉ là con lừa thồ sách. Nó là trí tuệ chết.

Vậy mỗi bạn trẻ Việt, sao bạn không bắt tay ngay vào việc đem lại lợi ích cho người khác, khẳng định mình và kiếm tiền. Sao các bậc cha mẹ Việt không dạy con kiếm tiền, quản lý tiền bạc ngay từ nhỏ. Ý tưởng làm giàu ở ngay trong tay, ngay dưới chân, ngay trong đầu người ta chứ đâu. Tuy nhiên vẫn có một số yếu tố khiến chúng ta trìa môi và khinh thường chúng thay vì lấy chúng ra và biến chúng trở nên tuyệt vời.

www.ingramcontent.com/pod-product-compliance
Lightning Source LLC
Chambersburg PA
CBHW081148130726
47996CB00009B/3045